Ítölsk matargerð
Uppskriftabók

100 ekta uppskriftir fyrir klassíska ítalska rétti

Pétur Pálsson

Allur réttur áskilinn.

Fyrirvari

Upplýsingunum sem er að finna í þessari rafbók er ætlað að þjóna sem yfirgripsmikið safn aðferða sem höfundur þessarar rafbókar hefur rannsakað. Samantektir, aðferðir, ábendingar og brellur eru eingöngu mælt með af höfundi og lestur þessarar rafbókar mun ekki tryggja að niðurstöður manns muni nákvæmlega endurspegla niðurstöður höfundar. Höfundur rafbókarinnar hefur lagt allt kapp á að veita lesendum rafbókarinnar núverandi og nákvæmar upplýsingar. Höfundur og félagar hans verða ekki ábyrgir fyrir óviljandi villu eða vanrækslu sem kunna að finnast. Efnið í rafbókinni getur innihaldið upplýsingar frá þriðja aðila. Efni frá þriðja aðila innihalda skoðanir sem eigendur þeirra hafa látið í ljós. Sem slíkur tekur höfundur rafbókarinnar ekki ábyrgð eða ábyrgð á efni eða skoðunum þriðja aðila. Hvort sem það er vegna framfara internetsins, eða ófyrirséðra breytinga á stefnu fyrirtækisins og leiðbeiningum um ritstjórn, getur það sem fram kemur sem staðreynd þegar þetta er skrifað orðið úrelt eða óviðeigandi síðar.

Rafbókin er höfundarrétt © 2023 með öllum rétti áskilinn. Það er ólöglegt að endurdreifa, afrita eða búa til afleitt verk úr þessari rafbók í heild eða að hluta. Enga hluta þessarar skýrslu má afrita eða endursenda á nokkurn hátt án skriflegs og undirritaðs leyfis höfundar.

EFNISYFIRLIT

EFNISYFIRLIT 3
KYNNING 8
FORréttir 9
1. Stökkar rækjubollur 10
2. Fylltir tómatar 12
3. Saltþorskbrauð með aioli 14
4. Rækjukrókettur 17
5. Rækjur _ gamba 19
6. Kræklingavínaigrette 21
7. Calamari með rósmarín og chilli olíu 23
8. Tortellini salat 25
9. Caprese pasta salat 27
10. Balsamic Bruschetta 29
11. Pizza kúlur 31
12. Hörpuskel og prosciutto bitar 33
13. Eggaldin með hunangi 35
14. Pylsa soðin í eplasafi 37
15. Ítalskt kjúklingabrauðsbitar 39
16. Stökk ítölsk poppblanda 41
17. Arancini kúlur 43
18. Manchego með appelsínusafa 46
19. Ítalska Nachos 49
20. Ítalskar nautakjötspappírar 52

21. Ítalskar Pepperoni rúllups..54
AÐALRÉTTUR..56
22. Ítalska Twist Paella...57
23. Kjötbollur í tómatsósu..60
24. Hvítbaunasúpa...62
25. Fiskikæfa...64
26. Pasta og Fagioli...66
27. Kjötbollur og Tortellini súpa....................................68
28. Marsala kjúklingur...70
29. Hvítlauks cheddar kjúklingur...................................72
30. Kjúklingur Fettuccini Alfredo..................................74
31. Ziti með pylsum..76
32. Pylsa og paprika..78
33. Rólegt lasagna...80
34. Diavolo sjávarréttakvöldverður................................83
35. Linguine og rækjuscampi..85
36. Rækjur með Pestó rjómasósu..................................87
37. Fisk og Chorizo súpa...89
38. Bauna & Chorizo plokkfiskur..................................91
39. Gazpacho..93
40. Smokkfiskur og hrísgrjón..96
41. abbitapottréttur í tómötum o..................................98
42. Rækjur með fennel..100
SALÖT OG MEÐBÆR..102
43. Stökkt ætiþistlasalat með sítrónuvínaigrette........103

44. Gulrótar- og reykt laxasalat..................................105
45. Rófasalat með kryddaðu jógúrt og karsí..............108
46. Fattoush með Butternut Squash og eplum..........110
47. Panzanella með Fiddleheads................................113
48. Saxað grænmeti og steinávaxtasalat..................116
49. Steinselju-gúrkusalat með fetaost......................118
50. Þrefalt ertusalat..120
51. Saffran kjúklingaflatbrauð með myntujógúrt......123
52. Asískt andasalat..126
53. Marokkósk kjúklingabaka....................................129
54. Buffalo kjúklinga- og gráðostadressing..............132
55. Villtur hvítlaukur kalkúnn Kievs..........................135
56. Engiferkjúklingur í kínverskum stíl með hvítlaukshrísgrjónum..138
57. Stökk kjúklingalæri með Romesco sósu..............141
58. Thai chilli og basil kjúklingur..............................144
59. Kjúklingur Ramen..147
60. Steiktar andabringur með Pak Choi....................150
61. Pancetta-vafinn gíneufugl með gulrótum............152
62. Sætkartöflusalat með möndlum..........................155
63. Horiatiki Salata..157
64. Feta, Jicama og tómatsalat................................159
65. Ristað Pattypan Squash salat............................161
66. Ísraelskt salat..164
67. Antipasto salat..166
68. Fylltir kúrbítsbátar með tómötum og fetaost......168

69. Blandað baunasalat 171
70. Panzanella salat 173
71. Tómatar og vatnsmelónu salat 175
72. Gulrót, appelsínur og avókadó 177
73. Kjúklingasalat og avókadó 179
74. Blandað grænt og salat með grilluðum kjúklingi. 181
75. Tofu og bok choy salat 183
76. Vegan Keto gúrkusalat 185
    77. Eggardropasúpa _ 187
    78. Tælensk hneturækjusúpa 189
79. Keto sveppir pílaf 191
80. Keto hvítkál 193
81. Grænmetis medley _ _ 195
82. Ristar pecan grænar baunir 197
83. Steikt grænkálsspírur 199
EFTIRLITUR 201
84. Súkkulaði Panna Cotta 202
85. Ostur Galette með Salami 204
86. Tiramisú 206
87. Rjómalöguð Ricotta baka 208
88. Anisette kökur 210
89. Panna cotta 212
90. Karamellu flan 214
91. Katalónskt krem 216
92. Möndlusorbet _ 218
93. Karamellukrem _ 220

94. Ítalsk ætiþistlabaka...222
95. Ítalskar bakaðar ferskjur................................224
96. Krydduð ítalsk sveskju-plómukaka......................226
97. H oney ed pudding..229
98. Frosinn hunang semifreddo................................231
99. Zabaglione..234
100. Affogato...236
NIÐURSTAÐA..238

KYNNING

Ítölsk matargerð er þekkt um allan heim fyrir ljúffenga bragðið og einfalt en háþróað hráefni. Allt frá klassískum pastaréttum til matarmikilla kjötrétta og ferskra sjávarfanga, ítölsk matargerð hefur upp á eitthvað að bjóða öllum. Þessi uppskriftabók miðar að því að koma ósviknu bragði Ítalíu í eldhúsið þitt með safni hefðbundinna uppskrifta sem hafa gengið í gegnum kynslóðir ítalskra fjölskyldna. Hvort sem þú ert reyndur kokkur eða byrjandi í eldhúsinu, þá er þessi bók fullkomin fyrir alla sem vilja kanna dýrindis heim ítalskrar matargerðar. Svo settu á þig svuntuna þína, gríptu hráefnið þitt og við skulum elda!

FORréttir

1. Stökkar rækjubollur

Gerir: 6

HRÁEFNI:
- ½ pund litlar rækjur, afhýddar
- 1½ bolli kjúklingabaunir eða venjulegt hveiti
- 1 msk söxuð fersk flatblaða steinselja
- 3 rauðlaukar, hvítur hluti og smá af mjúkum grænum toppum, saxaðir smátt
- ½ tsk sæt paprika/pimentón
- Salt
- Ólífuolía til djúpsteikingar

LEIÐBEININGAR:
a) Eldið rækjurnar í potti með nægu vatni til að hylja þær og látið suðuna koma upp við háan hita.
b) Í skál eða matvinnsluvél, blandaðu saman hveiti, steinselju, lauk og pimentón til að framleiða deigið. Bætið við kældu eldunarvatninu og klípu af salti.
c) Blandið eða vinnið þar til þú hefur áferð sem er aðeins þykkari en pönnukökudeig. Geymið í kæli í 1 klukkustund eftir að hafa verið þakið.
d) Takið rækjurnar úr ísskápnum og saxið þær smátt. Kaffi mala ætti að vera á stærð við bitana.
e) Takið deigið úr kæliskápnum og hrærið rækjunum saman við.
f) Hellið ólífuolíunni í um það bil 1 tommu dýpi í þungri sautépönnu og hitið yfir háum hita þar til hún er nánast að reykja.
g) Fyrir hverja brauðbollu, hellið 1 matskeið af deigi í olíuna og fletjið deigið út með bakinu á skeið í hring sem er 3 ½ tommur í þvermál.
h) Steikið í um það bil 1 mínútu á hvorri hlið, snúið einu sinni, eða þar til kökurnar eru gylltar og stökkar.
i) Fjarlægðu kökurnar með sleif og settu á eldfast mót.
j) Berið fram strax.

2. Fylltir tómatar

HRÁEFNI:

- 8 litlir tómatar, eða 3 stórir
- 4 harðsoðin egg, kæld og afhýdd
- 6 matskeiðar Aioli eða majónesi
- Salt og pipar
- 1 matskeið steinselja, söxuð
- 1 msk hvítt brauðrasp, ef notaðir eru stórir tómatar

LEIÐBEININGAR:

a) Dýptu tómötunum í skál með ískál eða mjög köldu vatni eftir að hafa roð þá á pönnu með sjóðandi vatni í 10 sekúndur.

b) Skerið toppa tómatanna af. Skafið fræin og innmatinn af með teskeið eða lítinn beittan hníf.

c) Maukið eggin með Aioli (eða majónesi, ef það er notað), salti, pipar og steinselju í blöndunarskál.

d) Fylltu tómatana með fyllingunni, þrýstu þeim vel niður. Settu lokin í skáhallt horn á litla tómata.

e) Fylltu tómatana að ofan, þrýstu þétt þar til þeir eru jafnir. Geymið í kæli í 1 klukkustund áður en það er skorið í hringi með beittum útskurðarhníf.

f) Skreytið með steinselju .

3. Saltþorskbrauð með aioli

Gerir: 6

HRÁEFNI:
- 1 pund saltþorskur, lagður í bleyti
- 3 ½ oz þurrkuð hvít brauðrasp
- ¼ pund hveitikartöflur
- Ólífuolía, til grunnsteikingar
- ¼ bollar mjólk
- Sítrónubátar og salatblöð, til að bera fram
- 6 smátt saxaðir vorlaukar
- Aioli

LEIÐBEININGAR:
a) Í pönnu með léttsöltu sjóðandi vatni, eldið kartöflurnar, óafhýddar, í um 20 mínútur, eða þar til þær eru mjúkar. Tæmdu.
b) Flysjið kartöflurnar um leið og þær eru nógu kaldar til að hægt sé að höndla þær og stappið þær síðan með gaffli eða kartöflustöppu.
c) Blandið mjólkinni, helmingnum af vorlauknum saman í pott og látið suðuna koma upp. Bætið þorskinum í bleyti og steikið í 10-15 mínútur, eða þar til hann flagnar auðveldlega. Fjarlægðu þorskinn af pönnunni og flettu hann í skál með gaffli, fjarlægðu bein og hýði.
d) Hellið 4 msk kartöflumús saman við þorskinn og blandið saman með tréskeið.
e) Vinnið ólífuolíuna inn í og bætið svo afganginum af kartöflumúsinni smám saman út í. Blandið afganginum af vorlauknum og steinseljunni saman í blöndunarskál.
f) Eftir smekk, kryddið með sítrónusafa og pipar.
g) Þeytið eitt egg í sérstakri skál þar til það er vel blandað, kælið síðan þar til það er fast.
h) Veltið kældu fiskblöndunni í 12-18 kúlur, fletjið síðan varlega út í litlar kringlóttar kökur.
i) Hver og einn ætti að vera hveitistráður fyrst, dýft síðan í eggið sem eftir er af þeyttu egginu og klárað með þurrum brauðrasp.
j) Geymið í kæli þar til það er tilbúið til steikingar.

k) Hitið um ¾ tommu af olíu í stórri, þungri pönnu. Eldið kökurnar í um það bil 4 mínútur við meðalháan hita.

l) Snúið þeim við og eldið í 4 mínútur í viðbót, eða þar til þær eru stökkar og gullnar á hinni hliðinni.

m) Tæmið á pappírshandklæði áður en það er borið fram með aioli, sítrónubátum og salatlaufum.

4. Rækjukrókettur

Gerir um 36 einingar

HRÁEFNI:
- 3 ½ oz smjör
- 4 oz venjulegt hveiti
- 1 ¼ pints köld mjólk
- Salt og pipar
- 14 oz soðnar skrældar rækjur, skornar í teninga
- 2 tsk tómatmauk
- 5 eða 6 matskeiðar fínt brauðrasp
- 2 stór egg, þeytt
- Ólífuolía til djúpsteikingar

LEIÐBEININGAR:
a) Bræðið smjörið í meðalstórum potti og bætið hveitinu út í og hrærið stöðugt í.
b) Hellið kældu mjólkinni rólega út í, hrærið stöðugt, þar til þú hefur þykka, slétta sósu.
c) Bætið rækjunum út í, kryddið ríkulega með salti og pipar og blandið svo tómatmaukinu út í. Eldið í 7 til 8 mínútur í viðbót.
d) Taktu litla matskeið af innihaldsefnunum og rúllaðu því í 1 ½ - 2 tommu krókett.
e) Veltið krókettunum upp úr brauðmylsnu, síðan í þeyttu egginu og síðast í brauðmylsnu.
f) Hitið olíuna til djúpsteikingar á stórri, þungbotna pönnu þar til hún nær 350°F eða brauðteningur verður gullinbrúnn á 20-30 sekúndum.
g) Steikið í um það bil 5 mínútur í skömmtum sem eru ekki fleiri en 3 eða 4 þar til þær eru gullinbrúnar.
h) Fjarlægið kjúklinginn með skálinni, látið renna af á eldhúspappír og berið fram strax.

5. Rækjur _ gamba

Gerir: 6

HRÁEFNI:
- ½ bolli ólífuolía
- Safi úr 1 sítrónu
- 2 tsk sjávarsalt
- 24 meðalstórar rækjur, í skelinni með heilar höfuð

LEIÐBEININGAR:
a) Blandið saman ólífuolíu, sítrónusafa og salti í blöndunarskál og þeytið þar til það hefur blandast vel saman. Til að húða rækjurnar létt skaltu dýfa þeim í blönduna í nokkrar sekúndur.
b) Hitið olíuna yfir háan hita í þurrri pönnu. Vinnið í lotum, bætið rækjunni við í einu lagi án þess að troða pönnunni þegar hún er mjög heit. 1 mínúta af brennslu
c) Lækkið hitann í miðlungs og eldið í eina mínútu til viðbótar. Hækkið hitann í háan og steikið rækjurnar í aðrar 2 mínútur, eða þar til þær eru gullnar.
d) Haltu rækjunni heitum í lágum ofni á ofnheldri plötu.
e) Eldið afganginn af rækjunni á sama hátt.

6. Kræklingavínaigrette

Gerir: Gerir 30 tapas

HRÁEFNI:
- 2 ½ tugur kræklingur, skrúbbaður og skegg fjarlægt Rifið salat
- 2 matskeiðar hakkað grænn laukur
- 2 matskeiðar söxuð græn paprika
- 2 matskeiðar söxuð rauð paprika
- 1 matskeið söxuð steinselja
- 4 matskeiðar ólífuolía
- 2 matskeiðar edik eða sítrónusafi
- Dautt af rauðri piparsósu
- Salt eftir smekk

LEIÐBEININGAR:
a) Opnaðu kræklinginn.
b) Settu þau í stóran pott af vatni. Lokið og eldið við háan hita, hrærið í pönnunni öðru hverju, þar til skeljarnar opnast. Takið kræklinginn af eldinum og fargið þeim sem opnast ekki.
c) Einnig má hita kræklinginn í örbylgjuofni til að opna hann. Settu þau í örbylgjuofn í eina mínútu við hámarksafl í örbylgjuþolinni skál, að hluta til þakinn.
d) Örbylgjuofn í aðra mínútu eftir að hrært hefur verið. Fjarlægðu kræklinginn sem hefur opnast og eldið í örbylgjuofni í eina mínútu í viðbót. Fjarlægðu þau sem eru opin einu sinni enn.
e) Fjarlægðu og fargaðu tómu skeljunum þegar þær eru orðnar nógu kaldar til að meðhöndla þær.
f) Leggið krækling á borð af rifnu salati rétt fyrir framreiðslu á framreiðslubakka.
g) Blandið lauknum, grænum og rauðum paprikum, steinselju, olíu og ediki saman í blöndunarskál.
h) Salt og rauð piparsósa eftir smekk. Fylltu skeljar kræklingsins hálfa leið með blöndunni.

7. Calamari með rósmarín og chilli olíu

Gerir: 4

HRÁEFNI:
- Extra virgin ólífuolía
- 1 búnt af fersku rósmaríni
- 2 heilir rauðir chili, fræhreinsaðir og smátt saxaðir
- 150ml stakt krem
- 3 eggjarauður
- 2 matskeiðar rifinn parmesanostur
- 2 matskeiðar venjulegt hveiti
- Salt og nýmalaður svartur pipar
- 1 hvítlauksgeiri, afhýddur og mulinn
- 1 tsk þurrkað oregano
- Jurtaolía til djúpsteikingar
- 6 Smokkfiskur, hreinsaður og skorinn í hringa
- Salt

LEIÐBEININGAR:
a) Til að búa til dressinguna skaltu hita ólífuolíuna í litlum potti og hræra saman við rósmarín og chili. Fjarlægðu úr jöfnunni.
b) Þeytið saman rjóma, eggjarauður, parmesanost, hveiti, hvítlauk og oregano í stórri blöndunarskál. Blandið þar til deigið er slétt. Kryddið með svörtum pipar, nýmöluðum.
c) Forhitið olíuna í 200°C til að djúpsteikja, eða þar til brauðteningur brúnast á 30 sekúndum.
d) Dýfið smokkfiskhringjunum, einum í einu, í deigið og setjið þá varlega í olíuna. Eldið þar til gullið er brúnt, um 2-3 mínútur.
e) Tæmið á eldhúspappír og berið fram strax með dressingunni hellt ofan á. Ef nauðsyn krefur, kryddið með salti.

8. Tortellini salat

Gerir: 8

HRÁEFNI:
- 1 pakki þrílitur ostur tortellini
- ½ bolli niðurskorið pepperoni
- ¼ bolli niðurskorinn rauðlaukur
- 1 græn paprika í teningum
- 1 bolli helmingaðir kirsuberjatómatar
- 1¼ bollar sneiðar kalamata ólífur
- ¾ bolli söxuð marineruð þistilhjörtu 6 aura hægelduð mozzarellaostur ⅓ bolli ítölsk dressing

LEIÐBEININGAR:
a) Eldið tortelliniið samkvæmt leiðbeiningum á pakkanum og hellið síðan af.
b) Kasta tortellini með restinni af hráefnunum, að dressingunni undanskilinni, í stóra blöndunarskál.
c) Dreypið dressingunni ofan á.
d) Setjið til hliðar í 2 klukkustundir til að kæla.

9. Caprese pasta salat

Gerir: 8

HRÁEFNI:
- 2 bollar soðið penne pasta
- 1 bolli pestó
- 2 saxaðir tómatar
- 1 bolli hægeldaður mozzarellaostur
- Salt og pipar eftir smekk
- ⅛ teskeið oregano
- 2 tsk rauðvínsedik

LEIÐBEININGAR:

a) Eldið pastað samkvæmt leiðbeiningum á pakka, sem ætti að taka um 12 mínútur. Tæmdu.

b) Blandið saman pasta, pestó, tómötum og osti í stórri blöndunarskál; kryddið með salti, pipar og oregano.

c) Dreypið rauðvínsediki ofan á.

d) Setjið til hliðar í 1 klukkustund í kæli.

10. Balsamic Bruschetta

Gerir: 8

HRÁEFNI:
- 1 bolli fræhreinsaðir og niðurskornir Roma tómatar
- ¼ bolli söxuð basilíka
- ½ bolli rifinn pecorino ostur
- 1 hakkað hvítlauksrif
- 1 matskeið balsamik edik
- 1 tsk ólífuolía
- Salt og pipar eftir smekk
- 1 sneið franskbrauð
- 3 matskeiðar ólífuolía
- ¼ tsk hvítlauksduft
- ¼ tsk basil

LEIÐBEININGAR:

a) Blandið saman tómötum, basil, pecorino osti og hvítlauk í blöndunarskál.

b) Í lítilli blöndunarskál, þeytið saman edik og 1 msk ólífuolía; setja til hliðar. c) Dreifið brauðsneiðunum með ólífuolíu, hvítlauksdufti og basil.

c) Setjið á bökunarform og ristið í 5 mínútur við 350 gráður.

d) Takið úr ofninum. Bætið svo tómata- og ostablöndunni ofan á.

e) Ef þarf, kryddið með salti og pipar.

f) Berið fram strax.

11. Pizza kúlur

Gerir: 10

HRÁEFNI:
- 1 pund mulin mulin pylsa
- 2 bollar Bisquick blanda
- 1 saxaður laukur
- 3 söxuð hvítlauksrif
- ¾ tsk ítalskt krydd
- 2 bollar rifinn mozzarella ostur
- 1 ½ bolli pizzasósa - skipt
- ¼ bolli parmesanostur

LEIÐBEININGAR:
a) Forhitið ofninn í 400 gráður Fahrenheit.
b) Útbúið bökunarplötu með því að úða því með eldunarúða sem festist ekki.
c) Blandið pylsunni, Bisquick-blöndunni, lauknum, hvítlauknum, ítölsku kryddinu, mozzarellaosti og 12 bollum pizzusósu saman í blöndunarskál.
d) Eftir það skaltu bæta við nægu vatni til að gera það vinnanlegt.
e) Rúllaðu deiginu í 1 tommu kúlur.
f) Dreypið parmesanosti yfir pizzukúlurnar.
g) Eftir það skaltu setja kúlurnar á bökunarplötuna sem þú hefur útbúið.
h) Hitið ofninn í 350°F og bakið í 20 mínútur.
i) Berið fram með pizzasósunni sem eftir er til hliðar til að dýfa í.

12. Hörpuskel og prosciutto bitar

Gerir: 8

HRÁEFNI:
- ½ bolli þunnt sneiddur prosciutto
- 3 matskeiðar rjómaostur
- 1 pund hörpuskel
- 3 matskeiðar ólífuolía
- 3 söxuð hvítlauksrif
- 3 matskeiðar parmesanostur
- Saltið og piprið eftir smekk - varkár, þar sem prosciutto verður salt

LEIÐBEININGAR:
a) Berið smá hjúp af rjómaosti á hverja prosciutto sneið.
b) Næst skaltu vefja sneið af prosciutto utan um hverja hörpudisk og festa með tannstöngli.
c) Hitið ólífuolíuna á pönnu.
d) Steikið hvítlaukinn í 2 mínútur á pönnu.
e) Bætið hörpuskelinni inn í álpappír og eldið í 2 mínútur á hvorri hlið.
f) Dreifið parmesanosti yfir.
g) Bætið við salti og pipar eftir smekk ef vill.
h) Hreinsaðu umfram vökvann með pappírshandklæði.

13. Eggaldin með hunangi

Gerir: 2

HRÁEFNI:
- 3 matskeiðar hunang
- 3 eggaldin
- 2 bollar Mjólk
- 1 matskeið salt
- 1 matskeið pipar
- 100 g hveiti
- 4 matskeiðar ólífuolía

LEIÐBEININGAR:
a) Skerið eggaldinið þunnt.
b) Blandið eggaldinunum saman í blöndunarskál. Hellið nægri mjólk í skálina til að hylja eggaldinin alveg. Kryddið með smá salti.
c) Látið liggja í að minnsta kosti eina klukkustund til að liggja í bleyti.
d) Takið eggaldinin upp úr mjólkinni og setjið til hliðar. Notaðu hveiti, húðaðu hverja sneið. Húðað í salt-og-pipar blöndu.
e) Hitið ólífuolíuna á pönnu. Djúpsteikt eggaldinsneiðarnar við 180 gráður.
f) Settu steiktu eggaldinin á pappírshandklæði til að gleypa umfram olíu.
g) Dreifið eggaldinunum með hunangi.
h) Berið fram.

14. Pylsa soðin í eplasafi

Gerir: 3

HRÁEFNI:
- 2 bollar eplasafi
- 8 chorizo pylsur
- 1 matskeið ólífuolía

LEIÐBEININGAR:
a) Skerið chorizo í þunnar sneiðar.
b) Hitið olíuna á pönnu. Forhitið ofninn í miðlungs.
c) Hrærið chorizo út í. Steikið þar til liturinn á matnum breytist.
d) Hellið eplasafi út í. Eldið í 10 mínútur, eða þar til sósan hefur þykknað nokkuð.
e) Brauð ætti að bera fram með þessum rétti.
f) Njóttu!!!

15. Ítalskt kjúklingabrauðsbitar

Gerir: 8 búnt

INNIHALD S
- 1 dós Hálfmánarúllur (8 rúllur)
- 1 bolli Saxaður, soðinn kjúklingur
- 1 matskeið Spaghetti sósa
- ½ teskeið Hakkaður hvítlaukur
- 1 matskeið Mozzarella ostur

LEIÐBEININGAR:
a) Forhitið ofninn í 350 gráður Fahrenheit. Blandið kjúklingnum, sósunni og hvítlauknum saman á pönnu og eldið þar til það er orðið heitt.
b) Þríhyrningar úr aðskildum hálfmánarúllum. Dreifið kjúklingablöndunni í miðju hvers þríhyrnings.
c) Dreifið ostinum á svipaðan hátt ef vill.
d) Klípið hliðar rúllunnar saman og vefjið utan um kjúklinginn.
e) Á bökunarsteini, bakið í 15 mínútur, eða þar til gullið.

16. Stökk ítölsk poppblanda

Gerir: 10 skammta

INNIHALD S
- 10 bollar Poppað popp
- 3 bollar Maíssnarl í laginu í laginu
- ¼ bolli Smjörlíki eða smjör
- 1 teskeið Ítalskt krydd
- ½ teskeið Hvítlauksduft
- ⅓ bolli parmesan ostur

LEIÐBEININGAR:
a) Í stórri örbylgjuofn skál, sameinaðu popp og maíssnakk. Í 1 bolla öröruggum mælikvarða skaltu sameina restina af hráefninu, nema ostinum.

b) Örbylgjuofn í 1 mínútu á HIGH, eða þar til smjörlíki bráðnar; hrærið. Hellið poppblöndunni ofan á.

c) Hrærið þar til allt er jafnhúðað. Örbylgjuofn, án loks, í 2-4 mínútur, þar til ristað, hrærið á hverri mínútu. Strá skal parmesanosti ofan á.

d) Berið fram heitt.

17. Arancini kúlur

Gerir 18

Hráefni:
- 2 matskeiðar ólífuolía
- 15 g ósaltað smjör
- 1 laukur, smátt saxaður
- 1 stór hvítlauksgeiri, pressaður
- 350 g risotto hrísgrjón
- 150ml þurrt hvítvín
- 1,2l heitt kjúklinga- eða grænmetiskraftur
- 150 g parmesan, fínt rifinn
- 1 sítróna, fínt rifin
- 150 g mozzarella kúla, skorin í 18 litla bita
- jurtaolía, til djúpsteikingar

FYRIR HÚÐUNNI
- 150 g venjulegt hveiti
- 3 stór egg, létt þeytt
- 150 g fínt þurrkað brauðrasp

LEIÐBEININGAR:

a) Hitið olíu og smjör í potti þar til það er froðukennt. Bætið lauknum og klípu af salti út í og eldið í 15 mínútur, eða þar til hann er mjúkur og hálfgagnsær, við vægan hita.

b) Eldið í aðra mínútu eftir að hvítlauknum er bætt út í.

c) Bætið hrísgrjónunum út í og látið malla í eina mínútu í viðbót áður en víninu er bætt út í. Látið suðuna koma upp og eldið þar til hann hefur minnkað um helming.

d) Hellið helmingnum af soðinu út í og haltu áfram að blanda þar til mestur vökvinn hefur verið dreginn í sig.

e) Þegar hrísgrjónin draga í sig vökvann, bætið þá afganginum út í sleif í einu, hrærið stöðugt í þar til hrísgrjónin eru soðin í gegn.

f) Bætið parmesan og sítrónuberki út í og kryddið með salti og pipar eftir smekk. Setjið risottoið í bakka með leppum og setjið til hliðar til að kólna niður í stofuhita.

g) Skiptið kælda risottoinu í 18 jafnstóra hluta, hver um sig á stærð við golfkúlu.

h) Fletjið risottokúlu út í lófann og setjið mozzarellastykki í miðjuna, vefjið síðan ostinum inn í hrísgrjónin og myndið kúlu.

i) Haltu áfram með risottokúlurnar sem eftir eru á sama hátt.

j) Blandið saman hveiti, eggjum og brauðmylsnu í þremur grunnum réttum. Hver risottokúla ætti að vera hveiti fyrst, síðan dýft í egg og að lokum brauðrasp. Setjið á disk og setjið frá.

k) Fylltu stóran, þungbotna pott til hálfs með jurtaolíu og hitaðu við meðalhita þar til eldunarhitamælir sýnir 170°C eða brauðstykki verður gullbrúnt á 45 sekúndum.

l) Lækkið risottokúlurnar niður í olíuna í skömmtum og steikið í 8-10 mínútur, eða þar til þær eru gullinbrúnar og bráðnar í miðjunni.

m) Setjið á bakka klædda hreinu eldhúshandklæði og setjið til hliðar.

n) Berið arancini fram heitt eða með einfaldri tómatsósu til að dýfa þeim í.

18. Manchego með appelsínusafa

Gerir um 4 bolla

Hráefni:
- 1 hvítlaukshaus
- 1 ½ bolli ólífuolía, auk meira til að drekka
- Kosher salt
- 1 Sevilla eða nafla appelsína
- ¼ bolli sykur
- 1 pund ungur Manchego ostur, skorinn í ¾ tommu bita
- 1 matskeið smátt saxað rósmarín
- 1 matskeið smátt saxað timjan
- Ristað baguette

LEIÐBEININGAR:
a) Forhitið ofninn í 350 gráður Fahrenheit. tommufjórðungur "Fjarlægðu toppinn af hvítlaukslaukanum og settu hann á álpappír. Kryddið með salti og dreypið olíu yfir.
b) Vefjið vel inn í álpappír og bakið í 35-40 mínútur, eða þar til húðin er gullinbrún og negull mjúkur. Látið kólna. Kreistu negulnaglana í stóra blöndunarskál.
c) Á sama tíma, skera ¼ "Fjarlægðu toppinn og botninn af appelsínunni og fjórðu hana eftir endilöngu. Fjarlægðu holdið af hverjum fjórða af hýðinu í einu stykki, að hvítu mörnum undanskildum (sparaðu hýði).
d) Setjið safann sem kreist er úr kjötinu til hliðar í lítilli skál.
e) Skerið hýðið í kvarttommu bita og setjið í lítinn pott með nógu köldu vatni til að það hylji um eina tommu. Látið suðuna koma upp, hellið síðan af; gerðu þetta tvisvar í viðbót til að losna við beiskjuna.
f) Blandið saman appelsínuhýðunum, sykri, fráteknum appelsínusafa og ½ bolli af vatni í pott.
g) Látið suðuna koma upp; lækkið hitann í lágan og látið malla, hrærið regululega í, í 20-30 mínútur, eða þar til hýðið er mjúkt og vökvinn er sírópkenndur. Leyfið appelsínusafanum að kólna.

h) Hrærið saman appelsínusósu, Manchego, rósmarín, timjan og afganginum af 1 ½ bolla af olíu í skálinni ásamt hvítlauknum. Geymið í kæli í að minnsta kosti 12 klst.

i) Áður en borið er fram með ristuðu brauði skaltu koma marineruðum Manchego í stofuhita.

19. Ítalska Nachos

Gerir: 1

HRÁEFNI:
ALFREDO SÓSA
- 1 bolli hálfur og hálfur
- 1 bolli þungt rjómi
- 2 matskeiðar ósaltað smjör
- 2 hvítlauksgeirar saxaðir
- ½ bolli parmesan
- Salt og pipar
- 2 matskeiðar hveiti

NACHOS
- Wonton umbúðir skornar í þríhyrninga
- 1 kjúklingur eldaður og rifinn
- Steiktar paprikur
- Mozzarella ostur
- Ólífur
- Steinselja söxuð
- Parmesan ostur
- Olía til að steikja hnetur eða canola

LEIÐBEININGAR:
a) Bætið ósaltuðu smjörinu í pott og bræðið við meðalhita.
b) Hrærið hvítlauknum saman við þar til allt smjörið hefur bráðnað.
c) Bætið hveitinu hratt út í og þeytið stöðugt þar til það er þétt saman og gullið.
d) Blandið saman þungum rjóma og hálfum og hálfum í blöndunarskál.
e) Látið suðuna koma upp, lækkið síðan niður í lágan hita og eldið í 8-10 mínútur, eða þar til þykknar.
f) Kryddið með salti og pipar.
g) Wontons: Hitið olíuna á stórri pönnu við meðalháan hita, um það bil ⅓ af leiðinni upp.

h) Bætið wontonunum út í einu í einu og hitið þar til það er varla gullið á botninum, snúið svo við og eldið hina hliðina.

i) Settu pappírshandklæði yfir niðurfallið.

j) Forhitið ofninn í 350°F og klæddu bökunarplötu með bökunarpappír og síðan wontons.

k) Bætið Alfredo sósu, kjúklingi, papriku og mozzarella osti ofan á.

l) Settu undir grillið í ofninum þínum í 5-8 mínútur, eða þar til osturinn er vandlega bráðinn.

m) Takið út úr ofninum og toppið með ólífum, parmesan og steinselju.

20. Ítalskar nautakjötspappírar

Gerir: 4

HRÁEFNI:

- 1 tsk ólífuolía
- ½ bolli græn paprika, skorin í strimla
- ½ bolli laukur, skorinn í strimla
- ½ pepperoncini, þunnt sneið
- ½ tsk ítalskt krydd
- 8 sneiðar Deli ítalskt nautakjöt, ⅛" þykkt
- 8 strengja ostastangir

LEIÐBEININGAR:

a) Í meðalstórri pönnu, hitið olíuna yfir miðlungshita. Blandið saman ólífuolíunni og eftirfarandi fjórum hráefnum í blöndunarskál. Eldið í 3-4 mínútur, eða þar til það er stökkt og mjúkt.

b) Setjið blönduna á disk og setjið til hliðar í 15 mínútur til að kólna.

c) Hvernig á að setja það saman: Leggðu fjórar sneiðar af ítölsku nautakjöti flatt á skurðbretti. Setjið 1 streng ostastöng í miðju hvers kjöts, þversum.

d) Bætið hluta af papriku- og laukblöndunni ofan á. Brjótið aðra hliðina á nautakjötssneiðinni yfir osta- og grænmetisblönduna, pakkið síðan upp, saumað niður.

e) Setjið rúllurnar saman á borðplötu.

21. Ítalskar Pepperoni rúllups

Gerir: 35

HRÁEFNI:
- 5 10" hveiti tortillur (spínat sólþurrkaðir tómatar eða hvítt hveiti)
- 16 aura mildaður rjómaostur
- 2 tsk hakkaður hvítlaukur
- ½ bolli sýrður rjómi
- ½ bolli parmesanostur
- ½ bolli ítalskur rifinn ostur eða mozzarella ostur
- 2 tsk ítalskt krydd
- 16 aura pepperoni sneiðar
- ¾ bolli smátt skorin gul og appelsínugul paprika
- ½ bolli fínt saxaðir ferskir sveppir

LEIÐBEININGAR:
a) Í blöndunarskálinni, þeytið rjómaostinn þar til hann er sléttur. Blandið hvítlauk, sýrðum rjóma, ostum og ítölsku kryddi saman í blöndunarskál. Blandið þar til allt er vel blandað saman.

b) Dreifið blöndunni jafnt á milli 5 hveiti tortillanna. Hyljið alla tortilluna með ostablöndunni.

c) Leggið pepperoni lag ofan á ostablönduna.

d) Leggið pepperóníið yfir gróft sneiðar papriku og sveppum.

e) Rúllaðu hverri tortillu þétt saman og settu hana inn í plastfilmu.

f) Setjið til hliðar í að minnsta kosti 2 tíma í kæli.

AÐALRÉTTUR

22. Ítalska Twist Paella

Gerir: 4

HRÁEFNI:
- 2 kjúklingaleggir, skinn á, brúnað
- 2 kjúklingalæri, húð á, brúnað
- 3 stórir bitar af ítölskum pylsum, brúnaðir og síðan skornir í 1 tommu bita
- 1 rauð og gul paprika, skorin í strimla og forristuð
- 1 búnt af spergilkáli, forsoðið
- 1½ bollar af hrísgrjónum, stutt korn eins og carnaroli eða arborio
- 4 bollar af kjúklingasoði, heitt
- 1 bolli ristað rauð paprikamauk
- ¼ bolli þurrt hvítvín
- 1 meðalstór laukur, stór skorinn í teninga
- 4 stór hvítlauksrif, rakuð
- rifinn parmesan eða Romano ostur
- ólífuolía

LEIÐBEININGAR:
a) Byrjaðu á því að brúna kjúklingabitana þína á paella pönnu, fáðu góða skorpu á báðum hliðum og næstum eldaðir í gegn en ekki alveg, settu svo til hliðar.
b) Þurrkaðu alla aukaolíu af pönnunni og þurrkaðu síðan burt umframolíu af pylsutengjunum.
c) Í stórri pönnu, dreypið ólífuolíu, bætið síðan rakaðri hvítlauk og lauk út í og steikið þar til mjúkt og gullið.
d) Bætið víninu út í og látið malla í eina mínútu.
e) Sameina öll hrísgrjónin með helmingnum af rauðu piparmaukinu þínu, eða aðeins meira. Hrærið þar til það er jafnt þakið, þrýstið síðan hrísgrjónablöndunni í botninn á pönnunni.
f) Bætið smá rifnum osti, salti og pipar við hrísgrjónin.
g) Raðið pylsubitunum ásamt kjúklingabitunum í kringum pönnuna.
h) Raðið grænmetinu sem eftir er í kringum kjötið á skapandi hátt.

i) Hellið öllum 4 bollunum af volgu seyði ofan á með varúð.

j) Notaðu sætabrauðsbursta til að pensla auka rauðpiparmauk ofan á kjúklinginn til að fá meira bragð, doppaðu aðeins meira allt í kring ef þú vilt.

k) Eldið á lágum hita, lauslega þakið filmu, þar til raka hefur gufað upp.

l) Forhitið ofninn í 375°F og bakið þakið pönnuna í 15-20 mínútur til að tryggja að kjötið sé eldað í gegn.

m) Haltu áfram að elda ofan á eldavélinni þar til hrísgrjónin eru mjúk.

n) Allur tíminn ætti að vera um 45 mínútur.

o) Setjið það til hliðar í nokkrar mínútur til að kólna.

p) Skreytið með ferskri basil og steinselju, saxað.

23. Kjötbollur í tómatsósu

Gerir: 4

HRÁEFNI:
- 2 matskeiðar af ólífuolíu
- 8 oz nautahakk
- 1 bolli (2 oz) ferskur hvítur brauðrasp
- 2 matskeiðar rifinn Manchego eða parmesanostur
- 1 matskeið tómatmauk
- 3 hvítlauksgeirar, saxaðir fínt
- 2 laukar, saxaðir fínt
- 2 tsk saxað ferskt timjan
- ½ tsk túrmerik
- Salt og pipar, eftir smekk
- 2 bollar (16 oz) niðursoðnir plómutómatar, saxaðir
- 2 matskeiðar rauðvín
- 2 tsk söxuð fersk basilíkublöð
- 2 tsk saxað ferskt rósmarín

LEIÐBEININGAR:
a) Blandið nautakjöti, brauðmylsnu, osti, tómatmauki, hvítlauk, lauk, eggi, timjani, túrmerik, salti og pipar saman í blöndunarskál.
b) Myndaðu blönduna í 12 til 15 stífar kúlur með höndunum.
c) Hitið ólífuolíuna á pönnu yfir meðalháan hita. Eldið í nokkrar mínútur, eða þar til kjötbollurnar eru brúnar á öllum hliðum.
d) Blandið saman tómötum, víni, basil og rósmarín í stóra blöndunarskál. Eldið, hrærið af og til, í um 20 mínútur, eða þar til kjötbollurnar eru tilbúnar.
e) Saltið og piprið ríkulega, berið síðan fram með blanched rapini, spaghetti eða brauði.

24. Hvítbaunasúpa

Gerir: 4

HRÁEFNI:
- 1 saxaður laukur
- 2 matskeiðar ólífuolía
- 2 saxaðir sellerístilkar
- 3 söxuð hvítlauksrif
- 4 bollar cannellini baunir í dós
- 4 bollar kjúklingasoð
- Salt og pipar eftir smekk
- 1 tsk ferskt rósmarín
- 1 bolli spergilkál
- 1 matskeið truffluolía
- 3 matskeiðar rifinn parmesanostur

LEIÐBEININGAR:

a) Hitið olíuna á stórri pönnu.

b) Eldið sellerí og lauk í um 5 mínútur á pönnu.

c) Bætið hvítlauknum út í og hrærið til að blanda saman. Eldið í 30 sekúndur í viðbót.

d) Kastaðu baununum, 2 bollum kjúklingasoði, rósmaríni, salti og pipar út í, ásamt spergilkálinu.

e) Látið suðuna koma upp í vökvanum og lækkið síðan í vægan hita í 20 mínútur.

f) Blandið súpunni saman með töfrasprota þar til hún nær tilætluðum sléttleika.

g) Lækkið hitann í lágan og stráið truffluolíu yfir.

h) Hellið súpunni í rétta og stráið parmesanosti yfir áður en hún er borin fram.

25. Fiskikæfa

Gerir: 8

HRÁEFNI:
- 32 aura dós hægelduðum tómötum
- 2 matskeiðar ólífuolía
- ¼ bolli saxað sellerí
- ½ bolli fiskikraftur
- ½ bolli hvítvín
- 1 bolli kryddaður V8 safi
- 1 söxuð græn paprika
- 1 saxaður laukur
- 4 söxuð hvítlauksrif
- Saltið piparinn eftir smekk
- 1 tsk ítalskt krydd
- 2 skrældar og sneiddar gulrætur
- 2 ½ pund uppskorin tilapia
- ½ pund afhýddar og afvegaðar rækjur

LEIÐBEININGAR:
a) Hitið ólífuolíuna fyrst í stóra pottinum.
b) Eldið papriku, lauk og sellerí í 5 mínútur á heitri pönnu.
c) Eftir það er hvítlauknum bætt út í. Eldið í 1 mínútu eftir það.
d) Í stórri hrærivélarskál, blandið saman öllum hráefnunum sem eftir eru nema sjávarfangið.
e) Eldið soðið í 40 mínútur við lágan hita.
f) Bætið tilapia og rækjum út í og hrærið saman.
g) Látið malla í 5 mínútur til viðbótar.
h) Smakkið til og stillið kryddið áður en það er borið fram.

26. Pasta og Fagioli

Gerir: 10

HRÁEFNI:
- 1 ½ pund nautahakk
- 2 saxaðir laukar
- ½ tsk rauðar piparflögur
- 3 matskeiðar ólífuolía
- 4 saxaðir selleristilkar
- 2 söxuð hvítlauksrif
- 5 bollar kjúklingasoð
- 1 bolli tómatsósa
- 3 matskeiðar tómatmauk
- 2 tsk oregano
- 1 tsk basil
- Salt og pipar eftir smekk
- 1 15 aura dós cannellini baunir
- 2 bollar soðið lítið ítalskt pasta

LEIÐBEININGAR:
a) Brúnið kjötið í stórum potti í 5 mínútur, eða þar til það er ekki lengur bleikt. Fjarlægðu úr jöfnunni.
b) Hitið ólífuolíuna á stórri pönnu og eldið laukinn, selleríið og hvítlaukinn í 5 mínútur.
c) Bætið seyði, tómatsósu, tómatmauki, salti, pipar, basilíku og rauðum piparflögum saman við og hrærið saman.
d) Setjið lokið á pottinn. Síðan á að láta súpuna malla í 1 klst.
e) Bætið nautakjöti út í og eldið í 15 mínútur í viðbót.
f) Bætið baununum út í og hrærið til að blanda saman. Eftir það, eldið í 5 mínútur við lágan hita.
g) Hrærið soðnu pastanu saman við og eldið í 3 mínútur, eða þar til það er heitt í gegn.

27. Kjötbollur og Tortellini súpa

Gerir: 6

HRÁEFNI:
- 2 matskeiðar ólífuolía
- 1 saxaður laukur
- 3 söxuð hvítlauksrif
- Salt og pipar eftir smekk
- 8 bollar kjúklingakraftur
- 1 ½ bolli niðursoðnir niðursoðnir tómatar
- 1 bolli saxað grænkál
- 1 bolli þíðaðar frosnar baunir
- 1 tsk mulin basil
- 1 tsk oregano
- 1 lárviðarlauf
- 1 pund þíddar kjötbollur - hvers konar
- 1 pund fersk ostur tortellini
- ¼ bolli rifinn parmesanostur

LEIÐBEININGAR:
a) Hitið ólífuolíuna í stórum potti og steikið laukinn og hvítlaukinn í 5 mínútur.
b) Í stórum potti, blandaðu saman kjúklingakraftinum, söxuðum tómötum, grænkáli, ertum, basil, oregano, salti, pipar og lárviðarlaufi.
c) Látið suðuna koma upp næst. Eftir það, eldið í 5 mínútur við lágan hita.
d) Fjarlægðu lárviðarlaufið og hentu því út.
e) Látið malla í aðrar 5 mínútur eftir að kjötbollunum og tortellini er bætt út í.
f) Síðast en ekki síst ber að bera fram í skálum með rifnum osti ofan á.

28. Marsala kjúklingur

Gerir: 4

HRÁEFNI:
- ¼ bolli hveiti
- Salt og pipar eftir smekk
- ½ tsk timjan
- 4 beinlausar kjúklingabringur , slegnar
- ¼ bolli smjör
- ¼ bolli ólífuolía
- 2 söxuð hvítlauksrif
- 1 ½ bolli sneiddir sveppir
- 1 smátt skorinn laukur
- 1 bolli marsala
- ¼ bolli hálf og hálfur eða þungur rjómi

LEIÐBEININGAR:
a) Blandið saman hveiti, salti, pipar og timjan í blöndunarskál.
b) Í sérstakri skál, dýptu kjúklingabringurnar í blönduna.
c) Bræðið smjörið og olíuna á stórri pönnu.
d) Steikið hvítlaukinn í 3 mínútur á pönnu.
e) Hellið kjúklingnum út í og eldið í 4 mínútur á hvorri hlið.
f) Blandið sveppunum, lauknum og marsala saman í pönnu.
g) Eldið kjúklinginn í 10 mínútur við lágan hita.
h) Færið kjúklinginn yfir á framreiðsludisk.
i) Blandið hálfum og hálfum eða þungum rjómanum út í. Hrærið síðan stöðugt á meðan eldað er á háum hita í 3 mínútur.
j) Þeytið kjúklinginn með sósunni.

29. Hvítlauks cheddar kjúklingur

Gerir: 8

HRÁEFNI:
- ¼ bolli smjör
- ¼ bolli ólífuolía
- ½ bolli rifinn parmesanostur
- ½ bolli Panko brauðrasp
- ½ bolli mulið Ritz kex
- 3 söxuð hvítlauksrif
- 1 ¼ skarpur cheddar ostur
- ¼ tsk ítalskt krydd
- Salt og pipar eftir smekk
- ¼ bolli hveiti
- 8 kjúklingabringur

LEIÐBEININGAR:

a) Forhitið ofninn í 350 gráður Fahrenheit.

b) Bræðið smjörið og ólífuolíuna á pönnu og steikið hvítlaukinn í 5 mínútur.

c) Blandið saman brauðmylsnu, brotnu kexunum, báðum ostum, kryddi, salti og pipar í stóra blöndunarskál.

d) Dýfðu hverjum kjúklingi eins fljótt og hægt er í smjör/ólífuolíublönduna.

e) Hveiti kjúklinginn og dýptu hann í hann.

f) Forhitaðu ofninn í 350°F og klæddu kjúklinginn með brauðmylsnublöndunni.

g) Setjið hvern kjúklingabita í eldfast mót.

h) Dreypið smjör/olíublöndunni yfir.

i) Hitið ofninn í 350°F og bakið í 30 mínútur.

j) Til að fá frekari stökku, setjið undir grillið í 2 mínútur.

30. Kjúklingur Fettuccini Alfredo

Gerir: 8

HRÁEFNI:
- 1 pund fettuccine pasta
- 6 beinlausar, roðlausar kjúklingabringur, fallega skornar í teninga ¾ bolli smjör, skipt
- 5 söxuð hvítlauksrif
- 1 tsk timjan
- 1 tsk oregano
- 1 saxaður laukur
- 1 bolli sneiddir sveppir
- ½ bolli hveiti
- Salt og pipar eftir smekk
- 3 bollar nýmjólk
- 1 bolli þungur rjómi
- ¼ bolli rifinn gruyere ostur
- ¾ bolli rifinn parmesanostur

LEIÐBEININGAR:
Forhitið ofninn í 350°F og eldið pasta samkvæmt pakkningaleiðbeiningum, um það bil 10 mínútur.

a) Bræðið 2 msk smjör á pönnu og bætið kjúklingabitunum, hvítlauknum, timjaninu og oregano út í, eldið á lágum hita í 5 mínútur, eða þar til kjúklingurinn er ekki lengur bleikur. Fjarlægja .
b) Bræðið þær 4 msk sem eftir eru af smjöri á sömu pönnu og steikið laukinn og sveppina.
c) Hrærið hveiti, salti og pipar saman við í 3 mínútur.
d) Bætið rjómanum og mjólkinni saman við. Hrærið í aðrar 2 mínútur.
e) Hrærið ostinum saman við í 3 mínútur á lágum hita.
f) Setjið kjúklinginn aftur á pönnuna og kryddið eftir smekk.
g) Eldið í 3 mínútur á lágum hita.
h) Hellið sósunni yfir pastað.

31. Ziti með pylsum

Gerir: 8

HRÁEFNI:
- 1 pund mulin ítölsk pylsa
- 1 bolli sneiddir sveppir
- ½ bolli sneið sellerí
- 1 saxaður laukur
- 3 söxuð hvítlauksrif
- 42 aura verslunarkeypt spaghettísósa eða heimagerð
- Salt og pipar eftir smekk
- ½ tsk oregano
- ½ tsk basil
- 1 pund ósoðið ziti pasta
- 1 bolli rifinn mozzarella ostur
- ½ bolli rifinn parmesanostur
- 3 matskeiðar saxuð steinselja

LEIÐBEININGAR:

a) Brúnið pylsuna, sveppina, laukinn og selleríið á pönnu í 5 mínútur.

b) Eftir það er hvítlauknum bætt út í. Eldið í 3 mínútur í viðbót. Fjarlægðu úr jöfnunni.

c) Bætið spaghettísósunni, salti, pipar, oregano og basilíku á sérstaka pönnu.

d) Sjóðið sósuna í 15 mínútur.
Útbúið pastað á pönnu samkvæmt leiðbeiningum á pakka á meðan sósan eldar. Tæmdu.

e) Forhitið ofninn í 350 gráður Fahrenheit.

f) Setjið ziti, pylsublöndu og rifinn mozzarella í tvö lög í eldfast mót.

g) Stráið steinselju og parmesanosti yfir.

h) Hitið ofninn í 350°F og bakið í 25 mínútur.

32. Pylsa og paprika

Gerir: 4

HRÁEFNI:
- 1 pakki af spaghetti
- 1 matskeið ólífuolía
- 4 sætar ítalskar pylsur skornar í hæfilega stóra bita
- 2 rauðar paprikur skornar í strimla.
- 2 grænar paprikur skornar í strimla
- 2 appelsínugular paprikur skornar í strimla
- 3 söxuð hvítlauksrif
- 1 tsk ítalskt krydd
- Salt og pipar eftir smekk
- 3 matskeiðar jómfrúarolía
- 12 aura niðursoðnir niðursoðnir tómatar
- 3 matskeiðar rauðvín
- ⅓ bolli saxuð steinselja
- ¼ bolli rifinn Asiago ostur

LEIÐBEININGAR:
Eldið spaghettíið samkvæmt leiðbeiningum á pakkanum, sem ætti að taka um 5 mínútur. Tæmdu.
Hitið ólífuolíuna á pönnu og brúnið pylsurnar í 5 mínútur.
a) Setjið pylsuna á framreiðsludisk.
b) Bætið papriku, hvítlauk, ítölsku kryddi, salti og pipar á sömu pönnu.
c) Dreypið 3 msk af ólífuolíu yfir paprikuna.
d) Bætið sneiðum tómötum og víni saman við og hrærið saman.
e) Steikið í 10 mínútur.
f) Stilltu kryddið með því að henda spagettíinu með paprikunni.
g) Bætið steinselju og Asiago osti ofan á.

33. Rólegt lasagna

Gerir: 4

HRÁEFNI:
- 1 ½ pund mulin sterk ítalsk pylsa
- 5 bollar verslunarkeypt spaghettísósa
- 1 bolli tómatsósa
- 1 tsk ítalskt krydd
- ½ bolli rauðvín
- 1 matskeið sykur
- 1 matskeið olía
- 5 saxaðir hvítlaukshanskar
- 1 saxaður laukur
- 1 bolli rifinn mozzarella ostur
- 1 bolli rifinn provolone ostur
- 2 bollar ricotta ostur
- 1 bolli kotasæla
- 2 stór egg
- ¼ bolli mjólk
- 9 núðlur lasagna núðlur – parboil útg
- ¼ bolli rifinn parmesanostur

LEIÐBEININGAR:
a) Forhitið ofninn í 375 gráður á Fahrenheit.
b) Brúnið mulnu pylsuna á pönnu í 5 mínútur. Farga skal allri fitu.
c) Blandið saman pastasósu, tómatsósu, ítölsku kryddi, rauðvíni og sykri í stórum potti og blandið vel saman.
d) Hitið ólífuolíuna á pönnu. Steikið síðan hvítlaukinn og laukinn í 5 mínútur.
e) Setjið pylsuna, hvítlaukinn og laukinn í sósuna.
f) Lokið síðan á pottinn og látið malla í 45 mínútur.
g) Blandið saman mozzarella og provolone ostunum í blöndunarrétti.
h) Blandaðu saman ricotta, kotasælu, eggjum og mjólk í sérstakri skál.

i) Í 9 x 13 bökunarformi, hellið 12 bollum af sósu í botninn á fatinu.

j) Raðið nú núðlum, sósu, ricotta og mozzarella í ofnformið í þremur lögum.

k) Dreifið parmesanosti yfir.

l) Bakið í lokuðu fati í 30 mínútur.

m) Bakið í 15 mínútur í viðbót eftir að fatið hefur verið tekið af.

34. Diavolo sjávarréttakvöldverður

Gerir: 4

HRÁEFNI:
- 1 pund stórar afhýddar og skrældar rækjur
- ½ pund steikt hörpuskel
- 3 matskeiðar ólífuolía
- ½ tsk rauðar piparflögur
- Salt eftir smekk
- 1 sneið lítill laukur
- ½ tsk timjan
- ½ tsk oregano
- 2 möluð ansjósuflök
- 2 matskeiðar tómatmauk
- 4 söxuð hvítlauksrif
- 1 bolli hvítvín
- 1 tsk sítrónusafi
- 2 ½ bollar niðurskornir tómatar
- 5 matskeiðar steinselja

LEIÐBEININGAR:
a) Blandið saman rækjum, hörpuskel, ólífuolíu, rauðum piparflögum og salti í blöndunarskál.
b) Forhitið pönnuna í 350°F. Steikið sjávarfangið í 3 mínútur í stökum lögum. Þetta er eitthvað sem hægt er að gera í fullt.
c) Setjið rækjuna og hörpuskelina á framreiðsludisk.
d) Hitið pönnuna aftur.
e) Steikið laukinn, kryddjurtirnar, ansjósuflökin og tómatmaukið í 2 mínútur.
f) Blandið víni, sítrónusafa og hægelduðum tómötum saman í blöndunarskál.
g) Hitið vökvann að suðu.
h) Stilltu hitastigið á lágt stig. Eldið í 15 mínútur eftir það.
i) Setjið sjávarfangið aftur á pönnuna ásamt steinseljunni.
j) Eldið í 5 mínútur á lágum hita.

35. Linguine og rækjuscampi

Gerir: 6

HRÁEFNI:

- 1 pakki linguine pasta
- ¼ bolli smjör
- 1 saxuð rauð paprika
- 5 söxuð hvítlauksrif
- 45 hráar stórar rækjur afhýddar og afvegaðar ½ bolli þurrt hvítvín ¼ bolli kjúklingasoð
- 2 matskeiðar sítrónusafi
- ¼ bolli af smjöri
- 1 tsk muldar rauðar piparflögur
- ½ tsk saffran
- ¼ bolli saxuð steinselja
- Salt eftir smekk

LEIÐBEININGAR:

a) Eldið pastað samkvæmt leiðbeiningum á pakkanum, sem ætti að taka um 10 mínútur.
b) Tæmdu vatnið og settu það til hliðar.
c) Bræðið smjörið í stórri pönnu.
d) Eldið papriku og hvítlauk á pönnu í 5 mínútur.
e) Bætið rækjunni út í og steikið áfram í 5 mínútur í viðbót.
f) Fjarlægðu rækjurnar á fat, en geymið hvítlaukinn og piparinn í pönnunni.
g) Látið suðuna koma upp hvítvíni, seyði og sítrónusafa.
h) Settu rækjuna aftur á pönnuna með öðrum 14 bollum af seyði.
i) Bætið rauðum piparflögum, saffran og steinselju saman við og smakkið til með salti.
j) Látið malla í 5 mínútur eftir að pastað er blandað saman við.

36. Rækjur með Pestó rjómasósu

Gerir: 6

HRÁEFNI:
- 1 pakki linguine pasta
- 1 matskeið ólífuolía
- 1 saxaður laukur
- 1 bolli sneiddir sveppir
- 6 söxuð hvítlauksrif
- ½ bolli smjör
- Salt og pipar eftir smekk
- ½ tsk cayenne pipar
- 1 ¾ bollar rifinn Pecorino Romano
- 3 matskeiðar hveiti
- ½ bolli þungur rjómi
- 1 bolli pestó
- 1 pund soðnar rækjur, afhýddar og afvegaðar

LEIÐBEININGAR:
a) Eldið pastað samkvæmt leiðbeiningum á pakkanum, sem ætti að taka um 10 mínútur. Tæmdu.
b) Hitið olíuna á pönnu og steikið laukinn og sveppina í 5 mínútur.
c) Eldið í 1 mínútu eftir að hafa hrært hvítlaukinn og smjörið út í.
d) Hellið rjómanum út í á pönnu og kryddið með salti, pipar og cayenne pipar.
e) Látið malla í aðrar 5 mínútur.
f) Bætið ostinum út í og hrærið til að blanda saman. Haltu áfram að þeyta þar til osturinn hefur bráðnað.
g) Til að þykkja sósuna er síðan hveitinu blandað saman við.
h) Eldið í 5 mínútur með pestóinu og rækjunum.
i) Hjúpið pastað með sósunni.

37. Fisk og Chorizo súpa

Gerir: 4

HRÁEFNI:
- 2 fiskhausar (notaðir til að elda fisksoð)
- 500 g fiskflök , skorin í bita
- 1 laukur
- 1 hvítlauksgeiri
- 1 bolli hvítvín
- 2 matskeiðar ólífuolía
- 1 handfylli steinselja (hakkað)
- 2 bollar fiskikraftur
- 1 handfylli af oregano (hakkað)
- 1 matskeið salt
- 1 matskeið pipar
- 1 sellerí
- 2 dósir tómatar (tómatar)
- 2 rauð chili
- 2 chorizo pylsur
- 1 matskeið paprika
- 2 lárviðarlauf

LEIÐBEININGAR:
a) Hreinsaðu höfuðið af fiskinum. Tálkn ætti að fjarlægja. Kryddið með salti. Eldið í 20 mínútur við lágan hita. Fjarlægðu úr jöfnunni.
b) Hellið ólífuolíunni á pönnu. Blandið lauknum, lárviðarlaufunum, hvítlauknum, chorizo og papriku saman í stóra blöndunarskál. 7 mínútur í ofninum
c) Í stórri blöndunarskál, blandaðu saman rauðum chili, tómötum, sellerí, pipar, salti, oregano, fiskikrafti og hvítvíni.
d) Eldið í 10 mínútur.
e) Hellið fiskinum út í. 4 mínútur í ofninum
f) Notaðu hrísgrjón sem meðlæti.
g) Bætið steinselju út í sem skraut.

38. Bauna & Chorizo plokkfiskur

Gerir: 3

HRÁEFNI:
- 1 gulrót (hægelduð)
- 3 matskeiðar ólífuolía
- 1 meðalstór laukur
- 1 rauð paprika
- 400 g þurrkaðar faba baunir
- 300 grömm Chorizo pylsa
- 1 græn paprika
- 1 bolli steinselja (hakkað)
- 300 g tómatar (hægeldaðir)
- 2 bollar kjúklingakraftur
- 300 gr kjúklingalæri (flök)
- 6 hvítlauksrif
- 1 meðalstór kartöflu (hægelduð)
- 2 matskeiðar timjan
- 2 matskeiðar salt eftir smekk
- 1 matskeið pipar

LEIÐBEININGAR:

a) Í pönnu, hella jurtaolíu. Hellið lauknum út í. Leyfðu 2 mínútum af steikingartíma á meðalhita.

b) Blandaðu saman hvítlauk, gulrót, papriku, chorizo og kjúklingalæri í stórri blöndunarskál. Leyfðu 10 mínútum til eldunar.

c) Hellið timjaninu, kjúklingakraftinum, baunum, kartöflum, tómötum, steinselju út í og kryddið eftir smekk með salti og pipar.

d) Eldið í 30 mínútur, eða þar til baunirnar eru mjúkar og soðið hefur þykknað.

39. Gazpacho

Gerir: 6

HRÁEFNI:
- 2 pund þroskaðir tómatar, saxaðir
- 1 rauð paprika (hægelduð)
- 2 hvítlauksgeirar (malaðir)
- 1 matskeið salt
- 1 matskeið pipar
- 1 matskeið kúmen (malað)
- 1 bolli rauðlaukur (hakkað)
- 1 stór Jalapeno pipar
- 1 bolli ólífuolía
- 1 lime 1 meðalstór agúrka
- 2 matskeiðar edik
- 1 bolli tómatar (safi)
- 1 msk Worcestershire sósa
- 2 matskeiðar fersk basilíka (sneið)
- 2 brauðsneiðar

LEIÐBEININGAR:
a) Blandið saman agúrku, tómötum, papriku, lauk, hvítlauk, jalapeño, salti og kúmeni í blöndunarskál. Hrærið öllu alveg saman.
b) Blandið saman ólífuolíu, ediki, Worcestershire sósu, lime safa, tómatsafa og brauði í blandara. Blandið þar til blandan er alveg slétt.
c) Blandið blönduðu blöndunni inn í upprunalegu blönduna með því að nota sigti.
d) Vertu viss um að sameina allt alveg.
e) Skellið helmingnum af blöndunni í blandarann og maukið hana. Blandið þar til blandan er alveg slétt.
f) Setjið blönduna aftur í restina af blöndunni. Hrærið öllu alveg saman.
g) Geymið skálina í kæli í 2 klukkustundir eftir að hún hefur verið þakin.

h) Eftir 2 klukkustundir skaltu fjarlægja skálina. Kryddið blönduna með salti og pipar. Stráið basilíku ofan á réttinn.
i) Berið fram.

40. Smokkfiskur og hrísgrjón

Gerir: 4

HRÁEFNI:
- 6 aura sjávarfang (hvað sem þú vilt)
- 3 hvítlauksrif
- 1 meðalstór laukur (sneiddur)
- 3 matskeiðar ólífuolía
- 1 græn paprika (sneidd)
- 1 matskeið smokkfisk blek
- 1 búnt steinselja
- 2 matskeiðar paprika
- 550 grömm smokkfiskur (hreinsaður)
- 1 matskeið salt
- 2 sellerí (hægeldað)
- 1 ferskt lárviðarlauf
- 2 meðalstórir tómatar (rifinn)
- 300 g Calasparra hrísgrjón
- 125ml hvítvín
- 2 bollar fiskikraftur
- 1 sítrónu

LEIÐBEININGAR:
a) Í pönnu, hella ólífuolíu. Blandið lauknum, lárviðarlaufinu, piparnum og hvítlauknum saman í blöndunarskál. Leyfðu steikingu í nokkrar mínútur.
b) Henda smokkfiskinum og sjávarfanginu út í. Eldið í nokkrar mínútur og fjarlægðu síðan smokkfiskinn/sjávarfangið.
c) Blandið saman papriku, tómötum, salti, sellerí, víni og steinselju í stóra blöndunarskál. Látið grænmetið sjóða í 5 mínútur.
d) Hellið skoluðu hrísgrjónunum út í á pönnunni. Blandið saman fisksoði og smokkfiskbleki í blöndunarskál.
e) Eldið í 10 mínútur. Blandið saman sjávarfanginu og smokkfiskinum í stóra blöndunarskál.
f) Eldið í 5 mínútur í viðbót.
g) Berið fram með aioli eða sítrónu.

41. abbitapottréttur í tómötum o

Gerir: 5

HRÁEFNI:
- 1 full kanína , skorin í bita
- 1 lárviðarlauf
- 2 stórir laukar
- 3 hvítlauksrif
- 2 matskeiðar ólífuolía
- 1 matskeið sæt paprika
- 2 greinar ferskt rósmarín
- 1 dós tómatar
- 1 timjankvistur
- 1 bolli hvítvín
- 1 matskeið salt
- 1 matskeið pipar

LEIÐBEININGAR:
a) Hitið ólífuolíuna á pönnu á meðalháum hita.
b) Forhitið olíuna og bætið við kanínubitunum. Steikið þar til bitarnir eru jafnbrúnir.
c) Fjarlægðu það þegar það er búið.
d) Bætið lauknum og hvítlauknum á sömu pönnu. Eldið þar til það er alveg mjúkt.
e) Blandið saman timjan, papriku, rósmaríni, salti, pipar, tómötum og lárviðarlaufi í stórri blöndunarskál. Látið elda í 5 mínútur.
f) Hellið kanínubitunum saman við vínið. Eldið, þakið, í 2 klukkustundir, eða þar til kanínubitarnir eru soðnir og sósan hefur þykknað.
g) Berið fram með steiktum kartöflum eða ristuðu brauði.

42. Rækjur með fennel

Gerir: 3

HRÁEFNI:
- 1 matskeið salt
- 1 matskeið pipar
- 2 hvítlauksgeirar (sneiddir)
- 2 matskeiðar ólífuolía
- 4 matskeiðar manzanilla sherry
- 1 fennel pera
- 1 handfylli steinseljustilkar
- 600 g kirsuberjatómatar
- 15 stórar rækjur , afhýddar
- 1 bolli af hvítvíni

LEIÐBEININGAR:
a) Hitið olíuna í stórum potti. Setjið niðurskornu hvítlauksgeirana í skál. Látið steikjast þar til hvítlaukurinn er orðinn gullinbrúnn.
b) Bætið fennel og steinselju út í blönduna. Eldið í 10 mínútur á lágum hita.
c) Blandið saman tómötum, salti, pipar, sherry og víni í stóra blöndunarskál. Látið suðuna koma upp í 7 mínútur, eða þar til sósan er orðin þykk.
d) Leggið afhýddar rækjur ofan á. Eldið í 5 mínútur, eða þar til rækjurnar eru orðnar bleikar.
e) Skreytið með smá steinseljulaufum.
f) Berið fram með hlið af brauði.

SALÖT OG MEÐBÆR

43. Stökkt ætiþistlasalat með sítrónuvínaigrette

Gerir: 4

HRÁEFNI:
- 3 bollar heilir ætiþistlar í krukku pakkaðir í vatn, helmingaðir, skolaðir og þurrkaðir
- 3 matskeiðar maíssterkju
- 1 bolli extra virgin ólífuolía til steikingar
- 1 matskeið sítrónusafi
- ¾ tsk Dijon sinnep
- ¾ tsk saxaður skalottur
- Klípa borðsalt
- 4 tsk extra virgin ólífuolía
- 2 únsur (2 bollar) mizuna eða unga rucola
- ¾ bolli frosnar baunir, þiðnar
- 1 tsk Za'atar

LEIÐBEININGAR:
a) Kasta þistilhjörtum með maíssterkju í skál til að húða. Hitið 1 bolla af olíu í 12 tommu pönnu yfir miðlungshita þar til það er ljómandi.
b) Hristið umfram maíssterkju úr ætiþistlum og bætið varlega á pönnu í einu lagi. Eldið, hrærið af og til, þar til það er gullið og stökkt yfir allt, 5 til 7 mínútur. Notaðu skeið, flyttu þistilhjörtu yfir á pappírsklædda disk til að kólna aðeins, um það bil 10 mínútur.
c) Þeytið sítrónusafa, sinnep, skalottlauka og salt saman í skál. Þeytið stöðugt, hellið hægt og rólega út í 4 tsk olíu þar til það er fleyti.
d) Kastaðu mizuna, ertum og 2 msk vinaigrette saman í stóra skál. Flyttu yfir á framreiðslufat og toppaðu með þistilhjörtum, dreyfðu afganginum af vinaigrette yfir og stráðu za'atar yfir. Berið fram.

44. Gulrótar- og reykt laxasalat

Gerir: 4 TIL 6

HRÁEFNI:
- 2 pund gulrætur með grænmeti áfast, skipt, ¼ bolli hakkað grænmeti
- 5 matskeiðar eplasafi edik, skipt
- 1 matskeið sykur
- ⅛ tsk auk ¾ tsk borðsalt, skipt
- ¼ bolli extra virgin ólífuolía, skipt
- ¼ tsk pipar
- 1 rauð greipaldin
- 2 matskeiðar saxað ferskt dill
- 2 tsk Dijon sinnep
- 2 höfuð belgísk andívía (4 aura hvor), helmingaður, kjarnaður og sneið ½ tommu þykkur
- 8 aura reyktur lax

LEIÐBEININGAR:
a) Stillið ofngrind í lægstu stöðu og hitið ofninn í 450 gráður. Afhýðið og rakið 4 aura af gulrótum í þunnar tætlur með grænmetisskrælara; setja til hliðar. Afhýðið og skerið afganginn af gulræturnar í ¼ tommu þykkt hlutdrægni; setja til hliðar.
b) Örbylgjuofn ¼ bolli edik, sykur og ⅛ tsk salt í skál þar til það mallar, 1 til 2 mínútur. Hrærið rakaðar gulrætur út í, látið síðan sitja, hrærið af og til, í 45 mínútur. (Tæmdar súrsaðar gulrætur má geyma í kæli í allt að 5 daga.)
c) Kastaðu sneiðum gulrótum með 1 matskeið olíu, pipar og ½ teskeið salti í skál, dreifðu síðan í einu lagi á bökunarplötu með kantinum niður. Steikið þar til mjúkt og botnarnir eru vel brúnaðir, 15 til 25 mínútur. Látið kólna aðeins, um 15 mínútur.
d) Á meðan, skera burt hýði og börk af greipaldin. Fjórðungur greipaldin, sneið síðan þversum í ¼ tommu þykka bita.
e) Þeytið dilli, sinnep, 1 msk ediki sem eftir er og ¼ tsk salt saman í stórri skál. Þeytið stöðugt og dreypið hægt og rólega út í hinar 3 msk olíur þar til það er fleyti. Bætið við endívi, gulrótargrænu,

ristuðum gulrótum, súrsuðum gulrótum og greipaldini og blandið saman; Kryddið með salti og pipar eftir smekk. Raðið laxi í kringum brúnina á diski, flytjið síðan salatið yfir á miðju fatsins. Berið fram.

45. Rófasalat með kryddaðu jógúrt og karsí

Gerir: 4 TIL 6

HRÁEFNI:

- 2 pund rófur, snyrtar, skrældar og skornar í ¾ tommu bita
- 1⅛ tsk borðsalt, skipt
- 1¼ bollar grísk jógúrt
- ¼ bolli hakkað ferskt kóríander, skipt
- 3 matskeiðar extra virgin ólífuolía, skipt
- 2 tsk rifið ferskt engifer
- 1 tsk rifinn limebörkur auk 2 matskeiðar safi, skipt
- 1 hvítlauksgeiri, saxaður
- ½ tsk malað kúmen
- ½ tsk malað kóríander
- ¼ tsk pipar
- 5 aura (5 bollar) vatnskarsa, rifin í hæfilega stóra bita
- ¼ bolli skurnar pistasíuhnetur, ristaðar og saxaðar, skipt

LEIÐBEININGAR:

a) Blandið rauðrófum, ⅓ bolla af vatni og ½ teskeið af salti saman í stóra skál. Setjið lokið yfir og örbylgjuofnar þar til auðvelt er að stinga rófurnar í gegnum skurðhníf, 25 til 30 mínútur, hrærið í hálfa örbylgjuofn. Tæmið rófurnar í sigti og látið kólna.

b) Þeytið jógúrt, 3 msk kóríander, 2 msk olíu, engifer, limebörkur og 1 msk safa, hvítlauk, kúmen, kóríander, pipar og ½ tsk salt saman í skál. Hrærið hægt og rólega í allt að 3 matskeiðar af vatni þar til blandan er eins og venjuleg jógúrt. Kryddið með salti og pipar eftir smekk. Dreifið jógúrtblöndunni yfir borðið.

c) Kasta karsa með 2 msk pistasíuhnetum, 2 tsk olíu, 1 tsk limesafa og klípa af salti í stórri skál. Raðið karsblöndunni ofan á jógúrtblönduna og skilið eftir 1 tommu brún af jógúrtblöndunni. Kasta rauðrófum með 1 tsk olíu sem eftir er, 2 tsk lime safa, og eftir klípa salt í nú tóma skál.

d) Raðið rófublöndunni ofan á karsblönduna. Stráið salati yfir 1 msk kóríander sem eftir er og 2 msk pistasíuhnetur sem eftir eru og berið fram.

46. Fattoush með Butternut Squash og eplum

Gerir: 4

HRÁEFNI:
- 2 (8 tommu) pítubrauð, helminguð þversum
- ½ bolli extra virgin ólífuolía, skipt
- ⅛ plús ¾ teskeið borðsalt, skipt
- ⅛ teskeið pipar
- 2 pund af smjörhnetu, skrældar, fræhreinsaðar og skornar í ½ tommu bita
- 3 matskeiðar sítrónusafi
- 4 teskeiðar malað sumak, auk auka til að bera fram
- 1 hvítlauksgeiri, saxaður
- 1 epli, kjarnhreinsað og skorið í ½ tommu bita
- ¼ höfuð radicchio, kjarnhreinsað og saxað (1 bolli)
- ½ bolli söxuð fersk steinselja
- 4 laukar, þunnar sneiðar

LEIÐBEININGAR:
a) Stilltu ofngrindur í miðju og lægstu stöður og hitaðu ofninn í 375 gráður. Notaðu eldhúsklippur, klipptu í kringum jaðar hverrar pítu og skiptu í 2 þunnar umferðir. Skerið hverja umferð í tvennt.

b) Setjið pítur með sléttu hliðinni niður á vírgrind sett í bökunarplötu. Penslið grófa hlið pítunnar jafnt með 3 msk olíu, stráið síðan ⅛ teskeið af salti og pipar yfir.

c) Bakið á efri grind þar til píturnar eru stökkar og ljósgulbrúnar, 8 til 12 mínútur. Látið kólna alveg.

d) Hækkið ofnhitann í 450 gráður. Kasta leiðsögn með 1 matskeið olíu og ½ teskeið salti. Dreifið í jafnt lag á bökunarplötu og steikið á neðri grind þar til það er brúnt og mjúkt, 20 til 25 mínútur, hrærið í hálfa leið. Setjið til hliðar til að kólna aðeins, um 10 mínútur.

e) Þeytið sítrónusafa, súmak, hvítlauk og afganginn af ¼ teskeið salti saman í lítilli skál og látið standa í 10 mínútur. Þeytið stöðugt og hellið rólega ¼ bolla af olíu út í.

f) Brjótið kældar pítur í ½ tommu bita og setjið í stóra skál. Bætið við ristuðum leiðsögn, eplum, radicchio, steinselju og lauk. Dreypið dressingu yfir salatið og blandið varlega til að hjúpa. Kryddið með salti og pipar eftir smekk. Berið fram, stökkva einstökum skömmtum með auka sumak.

47. Panzanella með Fiddleheads

Gerir: 4

HRÁEFNI:
- 1 punda fiðluhausar, snyrtir og hreinsaðir
- ½ tsk borðsalt, skipt, auk salts til að bleikja fiðluhausa
- 6 aura ciabatta eða súrdeigsbrauð, skorið í ¾ tommu bita (4 bollar)
- ½ bolli extra virgin ólífuolía, skipt
- 1 hvítlauksgeiri, saxaður til að líma
- ½ tsk pipar, skipt
- ¼ bolli rauðvínsedik
- 5 aura vínberutómatar, helmingaðir
- 2 aura geitaostur, mulinn (½ bolli)
- ¼ bolli söxuð fersk basilíka

LEIÐBEININGAR:
a) Sjóðið 4 lítra af vatni í stórum potti. Fylltu stóra skál hálfa leið með ís og vatni. Bætið fiðluhausum og 1 msk salti við sjóðandi vatn og eldið þar til það er stökkt, um það bil 5 mínútur.

b) Notaðu köngulóarskímar eða rifskeið, flyttu fiðluhausana yfir í ísbað og láttu standa þar til þeir eru kólnir, um það bil 2 mínútur. Færið fiðluhausana yfir á disk sem er klæddur með þreföldu lagi af pappírsþurrku og þurrkið vel.

c) Kasta brauði, 3 msk vatni og ¼ tsk salti saman í stóra skál, kreistu brauðið varlega þar til vatnið er frásogast. Eldið brauðblöndu og ¼ bolla olíu í 12 tommu nonstick pönnu yfir miðlungs háum hita, hrærið oft þar til brúnt og stökkt, 7 til 10 mínútur.

d) Af hita, ýttu brauði á hliðar pönnu. Bætið 1 matskeið af olíu, hvítlauk og ¼ tsk pipar út í og eldið með afgangshita á pönnu, maukið blönduna í pönnu, þar til ilmandi, um það bil 10 sekúndur. Hrærið brauðið í hvítlauksblönduna, flytjið síðan brauðteningana í skál til að kólna aðeins, um það bil 5 mínútur.

e) Þeytið edik, 3 msk olíu sem eftir eru, ¼ tsk salt og ¼ tsk pipar sem eftir eru í stórri skál þar til það er blandað saman. Bætið við fiðluhausum, brauðteningum og tómötum og hrærið varlega til að hjúpa. Kryddið með salti og pipar eftir smekk. Færið yfir á fat og stráið geitaosti og basilíku yfir. Berið fram.

48. Saxað grænmeti og steinávaxtasalat

Gerir: 4 TIL 6

HRÁEFNI:
- 1 pund þroskuð en stíf plómur, nektarínur, ferskjur eða apríkósur, skornar í tvennt, grófar og saxaðar
- ½ tsk auk ⅛ tsk borðsalt, skipt
- ½ tsk sykur
- 2 matskeiðar extra virgin ólífuolía
- 2 matskeiðar sítrónusafi
- ¼ tsk pipar
- 4 persneskar gúrkur, skornar í fjórða langsum og saxaðar
- 1 rauð paprika, stönguð, fræhreinsuð og saxuð
- 4 radísur, snyrtar og saxaðar
- ¼ bolli söxuð fersk mynta
- ¼ bolli söxuð fersk steinselja
- 1 skalottlaukur, saxaður
- 2 tsk malað súmak

LEIÐBEININGAR:

a) Hellið plómum með ½ tsk salti og sykri í skál.

b) Færið yfir í fínmöskju sigti og látið renna af í 15 mínútur, hrærið af og til.

c) Þeytið olíu, sítrónusafa, pipar og afganginn af ⅛ teskeið salti saman í stórri skál. Bætið tæmdum plómum, gúrkum, papriku, radísum, myntu, steinselju, skalottlaukum og súmakka saman við og blandið varlega saman.

d) Kryddið með salti og pipar eftir smekk og berið fram strax.

49. Steinselju-gúrkusalat með fetaost

Gerir: 4 TIL 6 | 15 MÍN

HRÁEFNI:

- 1 msk granatepli melass
- 1 matskeið rauðvínsedik
- ¼ tsk matarsalt
- ⅛ teskeið pipar
- Klípa cayenne pipar
- 3 matskeiðar extra virgin ólífuolía
- 3 bollar fersk steinseljublöð
- 1 ensk agúrka, helminguð eftir endilöngu og þunnar sneiðar
- 1 bolli valhnetur, ristaðar og grófsaxaðar, skiptar
- 1 bolli granatepli fræ, skipt
- 4 aura fetaostur, sneiddur þunnt

LEIÐBEININGAR:

a) Þeytið granatepli melassa, edik, salt, pipar og cayenne saman í stórri skál. Þeytið stöðugt, hellið hægt yfir olíu þar til það er fleygt.

b) Bætið steinselju, agúrku, ½ bolli af valhnetum og ½ bolli af granateplafræjum út í og blandið saman. Kryddið með salti og pipar eftir smekk.

c) Flyttu yfir á disk og settu fetaost yfir, ½ bolli af valhnetum og ½ bolli af granateplafræjum.

d) Berið fram.

50. Þrefalt ertusalat

Gerir: 4

HRÁEFNI:
- 4 aura sykurbaunir, strengir fjarlægðir, skera á hlutdrægni í ½ tommu bita
- ½ tsk auk klípa borðsalts, skipt, auk salts til að bleikja
- 9 aura skeljaðar enskar baunir, afhýddar (¾ bolli)
- 5 matskeiðar extra virgin ólífuolía, skipt
- ¼ bolli grísk jógúrt
- 2 matskeiðar auk 1 teskeið sítrónusafi, skipt
- 1 hvítlauksgeiri, saxaður
- 2 tsk Dijon sinnep
- ¼ tsk pipar
- 2 aura (2 bollar) barn rucola
- 4 aura snjóbaunir, strengir fjarlægðir, þunnt sneiðar á hlutdrægni
- 4 radísur, snyrtar, helmingaðar og þunnar sneiðar
- ⅓ bolli fersk myntulauf, rifin ef þau eru stór

LEIÐBEININGAR:
a) Fylltu stóra skál hálfa leið með ís og vatni. Settu sigti í ísbað. Látið suðu koma upp í 1 lítra af vatni í meðalstórum potti við háan hita.
b) Bætið bautum og 1 matskeið af salti út í og eldið þar til baunir eru skærgrænar og stökkar, um það bil 1 mínútu.
c) Notaðu köngulóarskammara eða rifskeið, flyttu baunir yfir í sigti sett í ísbaði. Bætið enskum ertum út í sjóðandi vatn og eldið þar til ljósgrænar og mjúkar, um 1½ mínúta.
d) Flyttu yfir í sigti með smábaunum og láttu standa þar til það er kalt, um það bil 5 mínútur. Lyftu sigti úr ísbaði og færðu baunir yfir á disk sem er klæddur þrílaga pappírsþurrku og þurrkaðu vel; setja til hliðar.
e) Þeytið ¼ bolla olíu, jógúrt, 2 msk sítrónusafa, hvítlauk, sinnep, pipar og ½ tsk salt saman í skál. Dreifið jógúrtblöndunni yfir borðið.

f) Kastaðu rucola, snjóbaunum, radísum, myntu og kældum ertum með afganginum 1 tsk sítrónusafa, afganginum af klípu salti og 1 matskeið af olíu í sérstakri stórri skál.

g) Raðið salati ofan á jógúrtblönduna. Berið fram strax, blandið saman salati og jógúrtblöndu þegar þið berið fram.

51. Saffran kjúklingaflatbrauð með myntujógúrt

Gerir: 2

HRÁEFNI:
- Klípa af saffran
- 1 matskeið sjóðandi vatn
- 500 g beinlaus, roðlaus kjúklingalæri
- 2 hvítlauksrif, afhýdd og mulin
- 1 tsk timjanblöð
- Börkur af 1 sítrónu
- 4 matskeiðar grísk jógúrt
- 1 rauðlaukur, afhýddur og skorinn í 8 báta
- 2 flatkökur
- 2 stórar handfyllingar af blönduðum salatlaufum
- 140 g kirsuberjatómatar, helmingaðir
- 2 matskeiðar stökkur steiktur laukur (fæst í matvöruverslunum), til að bera fram (valfrjálst)
- Fyrir myntujógúrtina
- 150 g grísk jógúrt
- Lítil handfylli af myntulaufum, smátt skorin
- Sítrónusafi, eftir smekk

LEIÐBEININGAR:
a) Leggið 4 bambusspjót í vatni í að minnsta kosti 30 mínútur. Forhitið ofninn í 240°C/220°C blástur/gas 9.
b) Notaðu stöpul og mortéli, malaðu saffran í duft, hyldu síðan með sjóðandi vatni og láttu standa.
c) Skerið kjúklinginn í 5 cm bita og setjið í skál með hvítlauk, timjan, sítrónuberk og jógúrt. Kryddið með salti og pipar, bætið saffranvatninu út í og blandið vel saman.
d) Þræðið kjúklingabitana á teinin og skiptið á rauðlauknum. Sett á eldfast mót og sett á háa hillu í ofni í 12 mínútur.
e) Á meðan skaltu búa til myntujógúrtina. Blandið jógúrtinni saman við myntuna, bætið sítrónusafa út í eftir smekk og kryddið með smá salti og pipar. Setjið til hliðar þar til þarf.

f) Setjið flatkökur á bökunarplötu og setjið neðst í ofninn til að hitna í nokkrar mínútur.

g) Forhitið grillið. Þegar kjúklingurinn hefur verið eldaður í 12 mínútur skaltu setja hann undir grillið og elda í 3-4 mínútur til viðbótar þar til hann er gullinbrúnn og eldaður í gegn.

h) Setjið flatkökur á diska og dreifið smá af myntujógúrtinni niður í miðjuna. Bætið handfylli af salatblöðunum við hvert og skiptið tómötunum á milli þeirra. Setjið soðnu teina ofan á og stráið steiktum lauk yfir til að bera fram.

52. Asískt andasalat

Gerir: 2

HRÁEFNI:
- 2 andabringur
- 1 tsk kínverskt fimm kryddduft
- 6 radísur, fínt skornar
- ⅓ gúrka, helminguð eftir endilöngu og skorin í horn
- 2 stórar handfyllingar af karsa
- 2 stórar handfyllingar af baunaspírum
- 2 stórar handfyllingar af blönduðum salatlaufum
- Lítil handfylli af kóríanderlaufum
- 1 tsk ristað sesamfræ
- 1 langt rautt chilli, fræhreinsað ef þú vilt mildara högg, fínt skorið á horn
- 2 vorlaukar, aðeins grænir hlutar, fínt skornir á lengd
- Sjávarsalt og nýmalaður svartur pipar
- Fyrir dressinguna
- 1½ msk hoisin sósa
- 1 tsk afhýdd og rifið ferskt rótarengifer
- 1 matskeið sesamolía
- 1 matskeið hrísgrjónaedik
- Safi úr ½ lime

LEIÐBEININGAR:
a) Forhitið ofninn í 200°C/180°C blástur/gas 6.
b) Notaðu mjög beittan hníf til að skera húðina á andabringurnar í ská línur, fyrst í aðra áttina, síðan hina svo þú hafir tígulmynstur. Nuddaðu kínverska fimmkryddinu út í og kryddaðu síðan báðar hliðar með salti og pipar.
c) Setjið andabringurnar, með skinnhliðinni niður, í eldfasta pönnu. Setjið pönnuna yfir meðalháan hita og eldið í 7 mínútur, eða þar til fitan hefur losnað og hýðið er stökkt og gullið.
d) Á meðan skaltu setja radísurnar og gúrkuna í salatskál ásamt karsunni, baunaspírunum, blönduðum salatlaufum og kóríander. Gerðu dressinguna með því að þeyta öllu hráefninu saman.

e) Snúið andabringunum við og setjið pönnuna inn í ofn í 3-4 mínútur. Takið úr ofninum og látið standa í 2-3 mínútur.

f) Bætið helmingnum af dressingunni í salatskálina og blandið vel saman. Skiptið salatinu á milli tveggja diska.

g) Skerið öndina í þykkar sneiðar og raðið ofan á salatið. Hellið afganginum af dressingunni með skeið yfir og stráið sesamfræjum, chilli og vorlauk yfir áður en hún er borin fram.

53. Marokkósk kjúklingabaka

Gerir: 4

HRÁEFNI:
- 200 g barnagulrætur
- 2 rauðlaukar, afhýddir og hver skorinn í 8 báta
- 2 matskeiðar ólífuolía
- 2 matskeiðar ras-el-hanout
- 200ml kjúklingakraftur
- 150 g kúskús
- 4 kjúklingabringur, húð á
- 2 kúrbít
- 1 x 400 g dós af kjúklingabaunum, skoluð og skoluð
- 50ml vatn
- 4 matskeiðar saxað kóríander
- Sítrónusafi, eftir smekk
- 15 g pistasíuhnetur, gróft saxaðar
- Sjávarsalt og nýmalaður svartur pipar
- Rósablöð, til að bera fram (valfrjálst)

LEIÐBEININGAR:
a) Forhitið ofninn í 220°C/200°C blástur/gas 7.
b) Þvoið barnagulræturnar, skerið þær stærri í tvennt eftir endilöngu. Setjið í stóra steikarplötu með lauknum. Dreypið 1 matskeið af ólífuolíu yfir og stráið 1 matskeið af ras-el-hanout yfir þar til það er jafnt húðað. Sett í ofninn í 10 mínútur.
c) Hellið kjúklingakraftinum á litla pönnu, setjið yfir meðalháan hita og látið suðuna koma upp. Setjið kúskúsið í skál með smá salti og pipar. Hellið heitu soðinu yfir, hyljið með filmu og setjið til hliðar til að draga í sig vökvann.
d) Skerið kjúklingahýðið með beittum hníf, kryddið síðan með salti og pipar og stráið ½ msk ras-el-hanout yfir.
e) Skerið hvern kúrbít í fernt eftir endilöngu og síðan í 5 cm lengd, stráið síðan ½ matskeiðinni sem eftir er af ras-el-hanout yfir. Takið bakkann úr ofninum og bætið kúrbítunum og

kjúklingabaunum út í. Setjið kjúklingabringurnar ofan á og dreypið restinni af matskeiðinni af ólífuolíu yfir. Bætið vatninu við botninn á pönnunni og setjið aftur í ofninn á háu hillu í 15 mínútur.

f) Á meðan skaltu afhjúpa kúskúsið og fleyta því upp með gaffli. Hrærið kóríander út í, bætið síðan sítrónusafa og salti og pipar eftir smekk.

g) Takið steikarbakkann úr ofninum og stráið pistasíuhnetum og rósablöðum yfir (ef það er notað). Komið á borðið og berið fram beint af bakkanum.

54. Buffalo kjúklinga- og gráðostadressing

Gerir: 2

HRÁEFNI:
- 8 mini kjúklingaflök
- 300ml súrmjólk
- 1½ tsk hvítlaukskorn
- 1½ tsk laukduft
- 1 tsk þurrkað timjan ½ tsk cayenne pipar
- Jurtaolía, til steikingar
- 150 g venjulegt hveiti
- 80ml Red-hot Wings sósa
- Sjávarsalt og nýmalaður svartur pipar
- Fyrir dressinguna
- 50 g grísk jógúrt
- 50 g sýrður rjómi
- 1 matskeið majónesi
- 35 g gráðostur, mulinn
- Kreistið sítrónusafa
- 2 klattar af Worcestershire sósu
- Að þjóna
- Sellerístangir
- Lítil gimsteinn salatblöð

LEIÐBEININGAR:
a) Forhitið ofninn í 140°C/120°C blástur/gas 1.
b) Setjið kjúklinginn í skál með súrmjólkinni, hvítlaukskornunum, laukduftinu, timjaninu, cayennepipar og smá salti og pipar. Blandið vel saman.
c) Hitið þriðjungs dýpt af olíu á stórri pönnu í 190°C, eða þar til brauðteningur brúnast á 25 sekúndum.
Á meðan skaltu blanda öllu hráefninu í dressinguna saman. Kryddið eftir smekk.
d) Setjið hveitið í grunna skál, saltið og piprið og blandið vel saman. Taktu smáflök úr marineringunni, hafðu eins mikið af

súrmjólk á því og hægt er og settu hveitið yfir. Flyttu yfir á disk á meðan þú endurtekur þetta skref með 3 flökum til viðbótar.

e) Þegar olían hefur náð hita, bætið þá húðuðu flökunum varlega út í og eldið í 4-5 mínútur, eða þar til djúpt gullinbrúnt og eldað í gegn. Tæmið á eldhúspappír, setjið síðan yfir á bökunarplötu og setjið inn í ofninn til að halda hita.

f) Hveitið kjúklingaflökin sem eftir eru á meðan þú færð olíuna aftur að hita. Þegar það er orðið nógu heitt skaltu bæta flökum varlega út í og elda í 4-5 mínútur. Látið renna af á eldhúspappír og haltu svo heitu með hinum flökunum.

g) Hellið Red Hot Wings sósunni og gráðostadressingunni í framreiðsluskálar og berið fram með kjúklingnum með sellerístöngum og salati.

55. Villtur hvítlaukur kalkúnn Kievs

Gerir: 2

HRÁEFNI:
- 100 g smjör, mjúkt
- 2 matskeiðar gróft saxað estragon
- Börkur af ½ sítrónu
- 2 lítil hvítlauksrif, afhýdd og mulin
- Stór handfylli af villtum hvítlauk, saxaður gróft
- 1 egg
- 50 g venjulegt hveiti
- 50ml mjólk
- 75 g panko brauðrasp
- 1 matskeið fínt söxuð flatblaða steinselja eða dill
- 4 x 100 g kalkúnaskálar
- 150 g fínar grænar baunir, snyrtar
- Jurtaolía, til steikingar
- Sjávarsalt og nýmalaður svartur pipar

LEIÐBEININGAR:
a) Setjið smjör, estragon, sítrónubörkur, hvítlauk og villihvítlauk í litla matvinnsluvél. Kryddið með smá salti og pipar og blandið þar til vel blandað saman.
b) Setjið eggið, hveiti og mjólk í grunna skál og þeytið saman til að gera deig.
c) Blandið panko brauðmylsnunni saman við steinseljuna í annarri grunnri skál.
d) Leggðu 2 af skutlunum á matarfilmu þannig að þeir skarist aðeins. Þeytið þær létt með kökukefli til að tengja þær saman og gera kjötið jafnþykkt.
e) Setjið helminginn af villihvítlaukssmjörinu á annan helminginn af sameinuðu skálinni, skilið eftir 1,5 cm kant í kringum það. Dreifið smá deigi alla leið í kringum brúnirnar, brjótið síðan skálina yfir hvítlaukssmjörið og þrýstið niður til að loka vel. Endurtaktu skref 4 og 5 með þeim sem eftir eru.

f) Dýfðu hverri Kiev í deigið, passið að þeir séu húðaðir jafnt og hyljið síðan panko brauðmylsnuna. Settu þær í ísskáp í 5 mínútur.

g) Á meðan skaltu elda grænu baunirnar í söltu sjóðandi vatni þar til þær eru mjúkar. Tæmið og haldið heitu þar til þarf.

h) Setjið pönnu yfir meðalháan hita og bætið við 2 cm dýpi af olíu. Þegar það er heitt skaltu setja hverja Kiev varlega í olíuna og elda í 3-4 mínútur á hvorri hlið, eða þar til djúpt gullið og eldað í gegn. Tæmið á eldhúspappír og berið fram strax með grænu baununum.

56. Engiferkjúklingur í kínverskum stíl með hvítlaukshrísgrjónum

Gerir: 4

HRÁEFNI:
- 4 kjúklingabringur, húð á
- 4 cm stykki af ferskum rótarengifer, afhýtt og saxað
- 6 vorlaukar - 4 snyrtir og skornir í tvennt; 2, aðeins grænn hluti, fínt sneið, til að bera fram
- 500ml kjúklingakraftur
- 2 matskeiðar Shaoxing hrísgrjónavín
- 1 msk ljós sojasósa Sjávarsalt
- Fyrir hvítlaukshrísgrjónin
- 260 g jasmín hrísgrjón
- 1 matskeið jurtaolía
- 1 matskeið sesamolía
- 3 stór hvítlauksrif, afhýdd og smátt skorin
- 500ml kjúklingakraftur Klípa af möluðum hvítum pipar

LEIÐBEININGAR:
a) Forhitið ofninn í 200°C/180°C blástur/gas 6.
b) Fjarlægið hýðið af kjúklingabringunum og skafið umframfitu af henni með beittum hníf. Kryddið báðar hliðar húðarinnar með salti og setjið á bökunarplötu. Setjið aðra bökunarplötu ofan á til að halda hýðinu flatt og setjið í ofninn í 12-15 mínútur, eða þar til hún er gullin og stökk. Setjið til hliðar til að kólna.
c) Setjið kjúklingabringurnar, engiferið, vorlaukshelmingana og 500ml kjúklingakraftinn í pott, setjið yfir háan hita og látið suðuna koma upp.
d) Á meðan, þvoðu jasmín hrísgrjónin þrisvar sinnum og skolaðu vandlega. Hitið jurtaolíu og sesamolíu í potti, bætið síðan hvítlauknum út í og eldið í 2 mínútur. Bætið við hrísgrjónunum, 500 ml kjúklingakraftinum og piparnum og látið suðuna koma upp. Setjið lok á pönnuna, lækkið hitann og látið malla í 5-8 mínútur, eða þar til hrísgrjónin eru soðin.

e) Þegar kjúklingapottan er að sjóða, lækkið hitann og látið malla varlega í 5 mínútur. Takið kjúklinginn af pönnunni og setjið til hliðar til að hvíla. Fargið vorlauknum og látið soðið fljótt suðuna aftur. Bætið Shaoxing-víninu og sojasósunni út í og eldið í 5 mínútur í viðbót.

f) Hellið hrísgrjónunum í skálar, skerið síðan kjúklinginn í sneiðar og leggið ofan á. Hellið soðinu yfir og skreytið með vorlauknum. Myljið stykki af kjúklingahýði yfir hverja skál til að bera fram.

57. Stökk kjúklingalæri með Romesco sósu

Gerir: 2

HRÁEFNI:
- 4 kjúklingalæri, bein í og hýði á
- 2 matskeiðar ólífuolía
- 100 g cavolo nero
- 1 matskeið vatn
- 120g Padrón paprika
- Sjávarsalt og nýmalaður svartur pipar
- Fyrir sósuna
- 150 g ristuð paprika, úr krukku
- 1 hvítlauksgeiri, afhýddur og mulinn
- 20 g ristaðar hvítaðar möndlur
- 1 matskeið sherry edik
- ¼ tsk sæt reykt paprika
- 20 g súrdeigsbrauð, skorpan fjarlægð
- 40ml extra virgin ólífuolía

LEIÐBEININGAR:
a) Forhitið ofninn í 200°C/180°C blástur/gas 6.
b) Kryddið kjúklingalærin með salti og pipar. Settu stóra, ofnfasta pönnu yfir háan hita. Þegar það er heitt, bætið þá 1 matskeið af ólífuolíu út í og setjið kjúklingalærin með skinnhliðinni niður. Lækkið hitann í miðlungs og eldið kjúklinginn í 8 mínútur.
c) Þegar kjúklingaskinnið er orðið gullbrúnt og stökkt, snúið lærunum við og bætið við cavolo nero og vatni. Kryddið með smá salti og pipar og setjið síðan alla pönnuna inn í ofn í 8 mínútur.
Á meðan skaltu setja alla romesco sósuna hráefni í lítilli matvinnsluvél með smá salti og pipar og blandið þar til slétt.
d) Settu litla steikarpönnu yfir háan hita. Þegar það er mjög heitt skaltu bæta við afganginum af matskeiðinni af ólífuolíu, Padrón paprikunni og strá af salti. Eldið í 4-5 mínútur, eða þar til hýðið á paprikunni hefur myndast og mýkist.
e) Takið kjúklinginn af pönnunni og setjið til hliðar til að hvíla. Blandið cavolo nero út í pönnusafana og berið fram með

kjúklingnum, Padrón paprikunni og rausnarlegri skeið af romesco sósunni.

58. Thai chilli og basil kjúklingur

Gerir: 4

HRÁEFNI:
- 350 g jasmín hrísgrjón
- 600ml vatn
- 3 roðlausar, beinlausar kjúklingabringur, fínt skornar
- 5 hvítlauksrif, afhýdd og smátt skorin
- 4 taílenskir fugla-auga chili, fínt skornir
- 1 laukur, afhýddur og skorinn í þykkar sneiðar
- 150g Mjúkt spergilkál, skorið í 5 cm lengdir
- 150 g fínar grænar baunir, snyrtar og helmingaðar
- Um það bil 4 matskeiðar af jurtaolíu
- 2 matskeiðar ostrusósa
- 1 matskeið sojasósa
- 80ml kjúklingakraftur
- 2 matskeiðar fiskisósa
- 1 matskeið flórsykur
- 1 matskeið maísmjöl
- 1 matskeið vatn
- Stór handfylli af taílenskum basilblöðum
- Lítil handfylli af venjulegum basilíkulaufum
- Sjávarsalt og malaður hvítur pipar

LEIÐBEININGAR:
a) Þvoið hrísgrjónin þrisvar sinnum þar til vatnið verður tært, settu síðan í pott með afmældu vatni og klípu af salti. Látið suðuna koma upp, lækkið hitann niður í vægan hita og setjið lok á pönnuna. Eldið í 10-12 mínútur í viðbót, eða þar til vökvinn er farinn og hrísgrjónin eru soðin.

b) Á meðan, undirbúið kjötið og allt grænmetið fyrir hrærið. Kryddið kjúklinginn með salti og hvítum pipar.

c) Setjið wok yfir mjög háan hita þar til hún er rjúkandi heit. Bætið 1 matskeið af jurtaolíu út í og hrærið fjórðung af kjúklingnum í 1 mínútu, eða þar til hann hefur brúnast létt. Taktu wokið fljótt af hellunni og færðu kjúklinginn yfir á disk. Setjið wokið aftur á hita og eldið afganginn af kjúklingnum á sama hátt, bætið við meiri olíu eftir þörfum.

d) Blandið saman ostrusósu, sojasósu, kjúklingakrafti, fiskisósu og sykri í lítilli skál. Blandið maísmjölinu saman við vatnið í sérstakri skál.

e) Setjið wokið aftur á hitann, bætið við meiri olíu eftir þörfum, hrærið síðan hvítlaukinn og helminginn af chili í 1 mínútu.

f) Bætið lauknum út í og hrærið í 2 mínútur. Bætið spergilkálinu og grænu baunum út í og eldið í 2 mínútur, bætið við smá vatni ef þær byrja að festast.

g) Setjið kjúklinginn aftur í wokinn og eldið í 2-3 mínútur í viðbót.

h) Bætið ostrum og sojasósublöndunni í wokið, hrærið síðan maísmjölsmaukinu og taílenskum basilíkublöðum út í og eldið í 1 mínútu í viðbót.

i) Skeið hrísgrjónunum og hrærið í skálar og stráið afganginum af chili og basilíkublöðum yfir áður en þær eru bornar fram.

59. Kjúklingur Ramen

Gerir: 2

HRÁEFNI:
- 2 egg
- 2 matskeiðar jurtaolía
- 2 kjúklingabringur, húð á
- 100 g ramen núðlur
- 2 stórar handfyllingar af barnaspínati
- 2 stórar handfyllingar af baunaspírum
- 1 lítra kjúklingakraftur
- 1 msk hvítt miso-mauk
- 2 tsk dashi duft
- 2 matskeiðar sojasósa
- 3 hvítlauksrif, afhýdd og fínt skorin
- 4 cm stykki af ferskum rótarengifer, afhýtt og saxað
- 2 matskeiðar sake (japanskt hrísgrjónavín)
- 1 langt rautt chilli, fræhreinsað ef þú vilt mildara högg, fínt skorið á horn
- 2 vorlaukar, skornir og fínt skornir í horn
- 1 tsk furikake krydd
- Sjávarsalt og malaður hvítur pipar
- Sesamolía, til að bera fram

LEIÐBEININGAR:
a) Látið suðu koma upp í katli af vatni, hellið í pott og látið suðuna koma upp aftur við háan hita. Lækkið eggin varlega ofan í og eldið í 5-6 mínútur fyrir örlítið rennandi eggjarauða.

b) Á meðan, setjið jurtaolíuna í steikarpönnu og setjið yfir háan hita. Kryddið kjúklingabringurnar með salti og smá hvítum pipar og setjið á pönnuna með skinnhliðinni niður. Eldið við meðalhita í 4-5 mínútur á annarri hliðinni.

c) Notaðu skál til að setja eggin yfir í skál með köldu vatni til að stöðva eldun.

d) Bætið smá salti við vatnið í pottinum og látið suðuna koma upp aftur. Bætið núðlunum út í og eldið í 3-4 mínútur, eða þar til þær eru aðeins mjúkar. Tæmið og skiptið á milli tveggja skála. Bætið handfylli af barnaspínati og handfylli af baunaspírum í hverja skál.

e) Afhýðið eggin varlega og skerið þau í tvennt eftir endilöngu.

f) Hellið kjúklingakraftinum í pott, bætið miso-maukinu, dashi-duftinu og sojasósunni út í og setjið pönnuna yfir meðalhita.

g) Snúðu kjúklingabringunum við og bætið hvítlauknum og engiferinu á pönnuna. Eldið í 2-3 mínútur í viðbót, hrærið oft í hvítlauknum og engiferinu. Bætið Sake út í og eldið í 2 mínútur í viðbót.

h) Þegar kjúklingurinn er eldaður skaltu taka hann af pönnunni til að hvíla. Bætið pönnusafanum ásamt hvítlauknum og engiferinu út í kjúklingakraftinn og hrærið vel.

i) Skerið kjúklinginn í sneiðar og setjið ofan á núðlurnar. Hellið soðinu yfir og skreytið með chilli, vorlauk, örjurtum og furikake kryddi. Bætið helminguðum eggjum í skálarnar, dreypið smá sesamolíu yfir og berið fram.

60. Steiktar andabringur með Pak Choi

Gerir: 4

HRÁEFNI:
- 4 andabringur
- 4 pak choi, helmingaður
- 250 ml appelsínusafi
- 50ml sojasósa
- 2 cm stykki af ferskum rótengifer, afhýtt og rifið
- 50 g smjör
- 50 g rennandi hunang
- 1 msk svört og hvít sesamfræ
- Sjávarsalt og nýmalaður svartur pipar
- Soðin hrísgrjón, til að bera fram

LEIÐBEININGAR:
a) Hitið ofninn í 200°C/180°C blástur/Gas 6 og setjið bökunarplötu inni til að hitna.
b) Notaðu mjög beittan hníf til að skera húðina á andabringurnar í ská línur, fyrst í aðra áttina, síðan hina svo þú hafir tígulmynstur. Kryddið vel með salti og pipar.
c) Setjið andabringurnar, með skinnhliðinni niður, í eldfasta pönnu. Setjið pönnuna yfir meðalháan hita og eldið í 7 mínútur, eða þar til fitan hefur losnað og hýðið er stökkt og gullið.
d) Snúið andabringunum við og setjið pönnuna inn í ofn í 3-4 mínútur. Færið öndina yfir á heitan disk og látið hvíla í 2-3 mínútur.
e) Á meðan skaltu setja pönnuna aftur á helluna og bæta við helmingnum pak choi. Eldið í 2 mínútur, eða þar til það byrjar að litast, bætið þá appelsínusafanum, sojasósunni, engiferinu og smjörinu út í og látið sjóða. Hrærið hunanginu saman við og dragið niður í þykka sósu.
f) Til að bera fram skaltu skera öndina í horn og diska upp með pak choi og soðnum hrísgrjónum. Hellið sósunni yfir og stráið sesamfræjunum yfir áður en hún er borin fram.

61. Pancetta-vafinn gíneufugl með gulrótum

Gerir: 2

HRÁEFNI:
- 12 þunnar sneiðar af pancetta
- 2 roðlausar perluhænsnabringur
- 1 matskeið mild ólífuolía
- 1 banani skalottur, afhýddur og smátt saxaður
- 1 tsk heilkorns sinnep
- 1 tsk Dijon sinnep
- 1 tsk timjanblöð
- 50ml þurrt hvítvín
- 150ml kjúklingakraftur
- 125ml tvöfaldur rjómi
- Fyrir gljáðu gulræturnar
- 300 g Chantenay gulrætur
- 40 g smjör
- 250ml kjúklingakraftur
- 1 tsk hunang
- 1 matskeið fínt söxuð flatblaða steinselja
- Sjávarsalt og nýmalaður svartur pipar

LEIÐBEININGAR:
a) Forhitið ofninn í 220°C/200°C blástur/gas 7.
b) Þvoið gulræturnar og setjið þær á stóra pönnu ásamt smjöri, kjúklingakrafti og hunangi. Saltið og piprið aðeins og setjið yfir háan hita. Látið suðuna koma upp, lækkið hitann niður í kröftugan krauma og sjóðið í um það bil 15 mínútur, hrærið af og til þar til gulræturnar eru orðnar meyrar.
c) Á meðan skaltu leggja 6 sneiðar af pancetta á skurðbretti og skarast þær aðeins. Kryddið perluhænsnabringurnar og setjið eina þeirra í miðja pancettu. Vefðu pancettunni utan um hana, endurtaktu síðan þetta skref með því síðara.
d) Setjið eldfasta pönnu yfir háan hita. Þegar það er heitt, bætið við olíunni, síðan perluhænsunum og eldið í 2-3 mínútur á hvorri

hlið, eða þar til pancettan er gullinbrún yfir alla. Færið yfir á litla bökunarplötu og setjið í ofninn í 5 mínútur.

e) Setjið pönnuna aftur á hita, bætið skalottlaukur út í og eldið í 2 mínútur, eða þar til það er mjúkt. Hrærið sinnepinu og timjanblöðunum út í, bætið svo víninu út í og leyfið því að minnka um helming við háan hita. Bætið soðinu og rjómanum út í, kryddið með smá salti og pipar og dragið úr þar til sósan þykknar.

f) Takið perluhænsna úr ofninum, haldið heitum og látið standa í 10 mínútur.

g) Athugaðu gulræturnar - þær eiga að vera soðnar og sósan á að vera komin í glasa. Hrærið steinseljunni út í og takið pönnuna af hellunni.

h) Berið perluhænsnabringurnar fram með gljáðum gulrótunum, hellið sósunni yfir eða berið hana fram í litlu meðlæti.

62. Sætkartöflusalat með möndlum

Gerir: 6

HRÁEFNI:
- 3 pund sætar kartöflur, skrældar og skornar í ¾ tommu bita
- 6 matskeiðar extra virgin ólífuolía, skipt
- 2 tsk matarsalt
- 3 rauðlaukar, þunnar sneiðar
- 3 msk lime safi (2 lime)
- 1 jalapeño chile, stilkaður, fræhreinsaður og hakkaður
- 1 tsk malað kúmen
- 1 tsk reykt paprika
- 1 tsk pipar
- 1 hvítlauksgeiri, saxaður
- ½ tsk malað pipar
- ½ bolli fersk kóríanderlauf og stilkar, saxaðir gróft
- ½ bolli heilar möndlur, ristaðar og saxaðar

LEIÐBEININGAR:
a) Stillið ofngrind í miðstöðu og hitið ofninn í 450 gráður. Kasta kartöflum með 2 matskeiðar olíu og salti, færðu síðan yfir á ofnplötu og dreifðu í jafnt lag. Steikið þar til kartöflurnar eru mjúkar og rétt byrjaðar að brúnast, 30 til 40 mínútur, hrærið í hálfa steikingu. Látið kartöflurnar kólna í 30 mínútur.

b) Á meðan skaltu blanda saman lauk, lime safa, jalapeño, kúmeni, papriku, pipar, hvítlauk, kryddjurtum og ¼ bolli af olíu í stóra skál. Bætið kóríander, möndlum og kartöflum saman við og blandið saman. Berið fram.

63. Horiatiki Salata

Gerir: 4

HRÁEFNI:
- 1¾ pund þroskaðir tómatar, kjarnhreinsaðir
- 1¼ tsk matarsalt, skipt
- ½ rauðlaukur, sneiddur þunnt
- 2 matskeiðar rauðvínsedik
- 1 tsk þurrkað oregano, auk auka til að krydda
- ½ tsk pipar
- 1 ensk agúrka, skorin í fjórða langa lengd og skorin í ¾ tommu bita
- 1 græn paprika, stofnuð, fræhreinsuð og skorin í 2 x ½ tommu ræmur
- 1 bolli steinhreinsaðar Kalamata ólífur
- 2 matskeiðar kapers, skolaðar
- ¼ bolli extra virgin ólífuolía, auk auka til að drekka
- 1 (8 aura) blokk fetaostur, sneið í ½ tommu þykka þríhyrninga

LEIÐBEININGAR:
a) Skerið tómata í ½ tommu þykka báta. Skerið báta í tvennt þversum.
b) Hrærið tómötum og ½ teskeið salti saman í sigti í stórri skál. Látið renna af í 30 mínútur. Setjið laukinn í litla skál, hyljið með ísvatni og látið standa í 15 mínútur.
c) Þeytið edik, oregano, pipar og afganginn af ¾ teskeið salti saman í annarri lítilli skál.
d) Fargið tómatsafa og setjið tómatana í tóma skál. Tæmið laukinn og bætið í skál með tómötum.
e) Bætið við edikblöndu, gúrku, papriku, ólífum og kapers og blandið saman. Dreypið olíu yfir og hrærið varlega til að hjúpa.
f) Kryddið með salti og pipar eftir smekk. Færið yfir á fat og setjið fetaost yfir. Kryddið hverja fetasneið með auka oregano eftir smekk og dreypið auka olíu yfir. Berið fram.

64. Feta, Jicama og tómatsalat

Gerir: 4

HRÁEFNI:
- 1¾ pund þroskaðir tómatar, kjarnhreinsaðir
- ¼ teskeið matarsalt, auk salts til að salta grænmeti
- ½ rauðlaukur, sneiddur þunnt
- 3 msk lime safi (2 lime)
- 1¼ tsk þurrkað oregano, skipt
- ¾ bolli hakkað ferskt kóríander, skipt
- ½ tsk pipar
- 12 aura jicama, skrældar og skornar í ¼ tommu bita
- 6 radísur, snyrtar og skornar í ¼ tommu bita
- 1 bolli steinhreinsaðar Kalamata ólífur
- ¼ bolli extra virgin ólífuolía, auk auka til að drekka
- 1 (8 aura) blokk fetaostur, sneið í ½ tommu þykka þríhyrninga

LEIÐBEININGAR:
a) Skerið tómata í ½ tommu þykka báta. Skerið báta í tvennt þversum.

b) Hrærið tómötum og ½ teskeið salti saman í sigti í stórri skál. Látið renna af í 30 mínútur. Setjið laukinn í litla skál, hyljið með ísvatni og látið standa í 15 mínútur. Þeytið limesafa, 1 tsk oregano, ½ bolli kóríander, pipar og ¼ tsk salt sem eftir er saman í annarri lítilli skál.

c) Fargið tómatsafa og setjið tómatana í tóma skál. Tæmið laukinn og bætið í skál með tómötum. Bætið limeblöndu, jicama, radísum og ólífum saman við og blandið saman.

d) Dreypið olíu yfir og hrærið varlega til að hjúpa. Kryddið með salti og pipar eftir smekk. Færið yfir á fat og setjið fetaost yfir.

e) Stráið feta jafnt yfir ¼ tsk oregano sem eftir er og ¼ bolli af kóríander. Berið fram, hellið yfir með auka olíu.

65. Ristað Pattypan Squash salat

Gerir: 4 TIL 6 | 1 HR

HRÁEFNI:
PESTÓ
- 1 únsa túnfífill, snyrt og rifin í hæfilega stóra bita
- 3 matskeiðar ristuð sólblómafræ
- 3 matskeiðar vatn
- 1 matskeið hlynsíróp
- 1 matskeið eplasafi edik
- 1 hvítlauksgeiri, saxaður
- ¼ tsk matarsalt
- ⅛ teskeið rauðar piparflögur
- ¼ bolli extra virgin ólífuolía

SALAT
- 2 matskeiðar extra virgin ólífuolía
- 2 tsk hlynsíróp
- ½ tsk matarsalt
- ⅛ teskeið pipar
- 1½ pund baby pattypan leiðsögn, helmingaður lárétt
- 4 maís eyru, kjarna skornir úr kolunum
- 1 pund þroskaðir tómatar, kjarnhreinsaðir, skornir í ½ tommu þykka báta og sneiðar í tvennt
- 1 únsa túnfífill, snyrt og rifin í hæfilega stóra bita (1 bolli)
- 2 matskeiðar ristuð sólblómafræ

LEIÐBEININGAR:
a) Fyrir pestóið: Stillið ofngrind í lægstu stöðu, setjið bökunarplötu á grind og hitið ofninn í 500 gráður. Vinnið túnfífill, sólblómafræ, vatn, hlynsíróp, edik, hvítlauk, salt og piparflögur í matvinnsluvél þar til það er fínmalað, um það bil 1 mínútu, skafið niður hliðar skálarinnar eftir þörfum. Með örgjörvan í gangi, hellið hægt olíunni yfir þar til hún hefur verið tekin inn.

b) Fyrir salatið: Þeytið olíu, hlynsíróp, salt og pipar saman í stórri skál. Bætið leiðsögn og maís saman við og blandið saman við.

Vinnið hratt, dreifið grænmetinu í einu lagi á heita plötu, raðið niðurskurðarhliðinni niður.

c) Steikið þar til afskorin hlið á leiðsögn er brún og meyr, 15 til 18 mínútur. Flyttu pönnu yfir á grind og láttu kólna aðeins, um það bil 15 mínútur.

d) Blandið saman ristuðum leiðsögn og maís, helmingnum af pestóinu, tómötum og túnfífilgrænu í stóra skál og hrærið varlega til að sameina.

e) Dreypið restinni af pestóinu yfir og stráið sólblómafræjum yfir. Berið fram.

66. Ísraelskt salat

HRÁEFNI:
- Gúrkur
- Þroskaðir tómatar
- Rauðlaukur
- Ítölsk steinselja
- Extra virgin ólífuolía
- Sítrónusafi
- Salt og pipar, eftir smekk
- Fetaostur (valfrjálst)
- Grænn pipar (valfrjálst)
- Kjúklingabaunir (valfrjálst)

LEIÐBEININGAR:
a) Setjið allt hráefnið í skál og blandið til að hjúpa!

67. Antipasto salat

HRÁEFNI:
- 1 stórt höfuð eða 2 hjörtu romaine saxað
- 4 aura prosciutto skorið í strimla
- 4 aura salami eða pepperoni í teningum
- ½ bolli þistilhjörtu skorin í sneiðar
- ½ bolli ólífur blanda af svörtum og grænum
- ½ bolli heit eða sæt paprika súrsuð eða ristuð
- Ítölsk dressing eftir smekk

LEIÐBEININGAR:
a) Blandið öllu hráefninu saman í stóra salatskál.
b) Kasta með ítalskri dressingu.

68. Fylltir kúrbítsbátar með tómötum og fetaost

AFGANGUR 6 kúrbítsbátar

HRÁEFNI:
- 3 kúrbít snyrt og skorið í tvennt að lengd
- extra virgin ólífuolía Ég notaði Early Harvest Greek EVOO
- Kosher salt og pipar að þínum smekk
- Þurrkað oregano stórt stökkva að þínum smekk
- 6 aura kirsuberjatómatar skornir í tvennt
- 3 grænir laukar bæði hvítir og grænir hlutar, endarnir snyrtir, saxaðir
- ½ bolli mulinn fetaostur meira að vild
- 6 til 10 fersk myntublöð saxuð
- Stór handfylli fersk steinselja saxuð
- Börkur af 1 sítrónu
- Skvettu sítrónusafa ekki of mikið

LEIÐBEININGAR:
a) Hitið steypujárnspönnu eða pönnu innanhúss yfir miðlungshita.
b) Penslið kúrbít ríkulega með extra virgin ólífuolíu á báðum hliðum. Kryddið kúrbít (sérstaklega kjöthlið) með salti, nýmöluðum pipar og oregano.
c) Settu kúrbít, með holdhliðinni niður, á forhitaða grillið (eða innigrindina). Grillið í 3 til 5 mínútur þar til það er mjúkt og fallega kulnað, snúið síðan á bakhliðina og grillið í 3 til 5 mínútur í viðbót þar til þessi hlið er líka mjúk og fær smá lit.
d) Takið kúrbítinn af hitanum og látið kólna nógu mikið til að hægt sé að höndla það.
e) Til að búa til kúrbítsbáta skaltu nota litla skeið til að ausa holdinu út (ekki henda). Kreistu allan vökva úr kúrbítsholdinu.
f) Gerðu fyllinguna fyrir kúrbítsbátana. Setjið kúrbítskjötið í blöndunarskál og bætið við kirsuberjatómötum, grænum lauk, feta, myntu, steinselju, sítrónuberki. Bætið við smá skvettu af sítrónusafa og stráið aðeins meira oregano yfir. Dreypið smá extra virgin ólífuolíu yfir og blandið öllu saman.

g) Hellið fyllingarblöndunni í tilbúnu kúrbítsbátana og raðið á framreiðsludisk. Njóttu!

69. Blandað baunasalat

HRÁEFNI:

- 145 g krukku þistilhjörtu í olíu
- ½ matskeið sólþurrkað tómatmauk
- ½ tsk rauðvínsedik
- 200 g dós cannellini baunir, tæmdar og skolaðar
- 150 g pakki tómatar, skornir í fjórða
- Handfylli Kalamata svartar ólífur
- 2 vorlaukar, þunnar sneiðar áská
- 100 g fetaostur, mulinn

LEIÐBEININGAR:

a) Tæmdu krukkuna af þistilhjörtum, geymdu 1-2 matskeiðar af olíu. Bætið olíunni, sólþurrkuðu tómatmaukinu og ediki út í og hrærið þar til það er slétt. Kryddið eftir smekk.
b) Saxið ætiþistla og hellið í skál. Bætið við cannellini baunum, tómötum, ólífum, vorlauk og helmingnum af fetaostinum. Hrærið ætiþistlaolíublöndunni saman við og hellið í skál. Myljið afganginn af fetaostinum yfir og berið svo fram.

70. Panzanella salat

HRÁEFNI:

- 400 g tómatar
- 1 hvítlauksgeiri, pressaður
- 1 msk kapers, tæmd og skoluð
- 1 þroskað avókadó, steinað, afhýtt og saxað
- 1 lítill rauðlaukur, mjög þunnar sneiðar
- 2 sneiðar af brúnu brauði
- 2 matskeiðar ólífuolía
- 1 matskeið rauðvínsedik
- lítill handfylli af basilíkublöðum

LEIÐBEININGAR:

a) Saxið tómatana og setjið þá í skál. Kryddið vel og bætið hvítlauk, kapers, avókadó og lauk saman við. Blandið vel saman og setjið til hliðar í 10 mínútur.

b) Á meðan er brauðið rifið í bita og sett í skál. Hellið helmingnum af ólífuolíu og helmingnum af ediki yfir. Þegar það er tilbúið til framreiðslu, stráið tómötum og basilíkublöðum yfir og hellið af olíu og ediki yfir. Hrærið áður en borið er fram.

71. Tómatar og vatnsmelónu salat

HRÁEFNI:

- 1 matskeið ólífuolía
- 1 matskeið rauðvínsedik
- ¼ tsk chili flögur
- 1 matskeið söxuð mynta
- 120 g tómatar, saxaðir
- 250 g vatnsmelóna, skorin í bita
- 50 g fetaostur, mulinn

LEIÐBEININGAR:

a) Blandið saman olíu, ediki, chiliflögum og myntu fyrir dressinguna og kryddið síðan.

b) Setjið tómatana og vatnsmelónuna í skál. Hellið dressingunni yfir, bætið fetaostinum út í og berið svo fram.

72. Gulrót, appelsínur og avókadó

HRÁEFNI:
- 1 appelsína ásamt börki og safa af 1
- 2 gulrætur, skornar í tvennt eftir endilöngu og sneiðar með skrældara
- 35g poki raketta (ruccola)
- 1 avókadó, steinhreinsað, afhýtt og skorið í sneiðar
- 1 matskeið ólífuolía

LEIÐBEININGAR:
a) Sameina allt.

73. Kjúklingasalat og avókadó

HRÁEFNI:

- 2 roðlausar kjúklingabringur
- 2 tsk ólífuolía (1 fyrir salatið)
- 2 tsk reykt paprika
- 1 avókadó, skorið í teninga
- ½ tsk rauðvínsedik
- ½ matskeið steinselja, söxuð
- 120 g tómatar, saxaðir
- ½ rauðlaukur, þunnt sneið

LEIÐBEININGAR:

a) Hitið grillið í miðlungs. Nuddaðu kjúklinginn með 1 tsk af ólífuolíunni og paprikunni. Eldið í 4-5 mínútur á hvorri hlið þar til þær eru létteldaðar og eldaðar í gegn.

Blandið salatinu saman við, kryddið og bætið restinni af olíunni út í . Skerið kjúklinginn í þykkar sneiðar og berið fram með salatinu.

74. Blandað grænt og salat með grilluðum kjúklingi

Gerir 1

HRÁEFNI:
SALAT
- 2 aura blandað grænmeti
- 3 matskeiðar furuhnetur eða möndlur, ristaðar
- 2 matskeiðar af valinni Keto-vínaigrette
- 2 matskeiðar rakaður parmesan
- 1 avókadó, hola og hýðið fjarlægt og skorið í sneiðar
- Salt og pipar eftir smekk
- ¼ kíló Beinlaus kjúklingabringa, niðurskorin

KJÚKLINGA MARINADE
- 3 matskeiðar ananassafi
- 3 matskeiðar sojasósa
- 1 msk Worcestershire sósa
- ½ teskeið Hvítlauksduft

LEIÐBEININGAR:
a) Blandið marineringunni saman í stórum plastpoka sem hægt er að loka aftur. Bætið við kjúklingastrimlum og blandið saman við. Lokið og látið standa í 10 mínútur eða lengur.

b) Tæmið og fargið marineringunni. Grillið kjúklinginn við miðlungshita í 10 mínútur, snúið við á miðri leið.

c) Til að bera fram: Hellið grænmetinu með furuhnetunum, grilluðum kjúklingi og vinaigrette.

d) Kryddið með salti og pipar eftir smekk og skreytið með parmesan spæni.

e) Njóttu.

75. Tofu og bok choy salat

Gerir 3

HRÁEFNI:
- 15 aura Extra Fast Tofu
- 9 aura Bok Choy

MARINADE
- 1 matskeið sojasósa
- 1 matskeið sesamolía
- 1 matskeið Vatn
- 2 tsk hakkaður hvítlaukur
- Safi ½ sítróna

SÓSA
- 1 stilkur Grænn laukur
- 2 matskeiðar kóríander, saxað
- 3 matskeiðar Kókosolía
- 2 matskeiðar sojasósa
- 1 matskeið Sriracha
- 1 matskeið hnetusmjör
- Safi ½ lime
- 7 dropar Liquid Stevia

LEIÐBEININGAR:
a) Forhitið ofninn í 350 gráður Fahrenheit.
b) Blandið öllu marineringunni saman í blöndunarskál (sojasósa, sesamolía, vatn, hvítlauk og sítróna).
c) Skerið tófúið í ferninga og blandið saman við marineringuna í plastpoka. Marinerið í 10 mínútur eða lengur.
d) Fjarlægðu tofu og bakaðu í 15 mínútur á ofnplötu.
e) hráefninu í sósuna saman í blöndunarskál.
f) Taktu tófúið úr ofninum og blandaðu tófúinu, bok choy og sósu saman í salatskál.

76. Vegan Keto gúrkusalat

Gerir 1

HRÁEFNI:
- ¾ stór agúrka
- 1 pakki Shir a taki núðlur
- 2 matskeiðar kókosolía
- 1 meðalstór vorlaukur
- ¼ tsk rauðar piparflögur
- 1 matskeið sesamolía
- 1 tsk sesamfræ
- Salt og pipar eftir smekk

LEIÐBEININGAR:

a) Hitið 2 matskeiðar kókosolíu á pönnu við meðalháan hita.

b) Bætið núðlunum út í og lokið . Eldið í 5-7 mínútur eða þar til stökkt og brúnt.

c) Takið Shirataki núðlurnar af pönnunni og látið renna af á pappírshandklæði. Setja til hliðar.

d) Skerið agúrku þunnt og setjið í skál. Hrærið með vorlauk, rauðum piparflögum , sesamolíu og núðlunum.

e) Kryddið eftir smekk með salti og pipar.

f) Skreytið með sesamfræjum og berið fram á disk.

77. Eggardropasúpa _

Gerir 1

HRÁEFNI:
- 1 ½ bolli kjúklingasoð
- ½ teningur kjúklingabaunir
- 1 matskeið smjör
- 2 stór egg
- 1 tsk Chil l i hvítlaukspasta

LEIÐBEININGAR:
a) Setjið pönnu á helluborðið og stillið á meðalháan hita.
b) Bætið við kjúklingasoðinu, skálinni og smjörinu . Látið suðuna koma upp.
c) Hrærið köldu og hvítlauksmauki saman við .
d) Þeytið eggin í sitthvoru lagi og bætið út í soðið.
e) Blandið vandlega saman og eldið í 3 fleiri mínútur.
f) Berið fram.
g)

78. Tælensk hneturækjusúpa

Gerir 2

HRÁEFNI:
- 2 matskeiðar grænt karrýmauk
- 1 bolli grænmetiskraftur
- 1 bolli kókosmjólk
- 6 aura forsoðnar rækjur
- 5 aura spergilkál
- 3 matskeiðar Cilantro, saxað
- 2 matskeiðar kókosolía
- 1 matskeið hnetusmjör
- 1 matskeið sojasósa
- Safi úr ½ lime
- 1 meðalstór vorlaukur, saxaður
- 1 tsk pressaður ristaður hvítlaukur
- 1 tsk hakkað engifer
- 1 tsk Fiskisósa
- ½ tsk túrmerik
- ½ bolli sýrður rjómi (til áleggs)

LEIÐBEININGAR:
a) Bræðið kókosolíuna í meðalstórum potti.
b) Bætið við hvítlauk, engifer, vorlauk , grænu karrýmauki og túrmerik. Bætið sojasósunni , fiskisósunni og hnetusmjörinu út í. Eldið í 2 mínútur.
c) Bætið grænmetiskrafti og kókosmjólk út í og hrærið vel. Eldið í nokkrar mínútur á lágum hita.
d) Bætið spergilkálinu og kóríander út í og hrærið vel þegar karrýið hefur þykknað aðeins.
e) Þegar þú ert sáttur við þéttleika karrýsins, bætið þá rækjunum og limesafanum út í og hrærið öllu saman.
f) Eldið í nokkrar mínútur á lágum hita. Ef þarf, kryddið með salti og pipar.

79. Keto sveppir pílaf

Gerir 2

HRÁEFNI:
- 1 bolli hampi fræ
- 2 matskeiðar kókosolía
- 3 meðalstórir sveppir, smátt skornir
- ¼ bolli sneiðar möndlur
- ½ bolli grænmetissoð
- ½ tsk hvítlauksduft
- ¼ tsk þurrkuð steinselja
- Salt og pipar eftir smekk

LEIÐBEININGAR:

a) Hitið kókosolíuna á pönnu við meðalhita og leyfið henni að sjóða. Bætið sneiðum möndlunum og sveppunum á pönnuna þegar það er byrjað að kúla.

b) Bætið hampfræjum á pönnuna eftir að sveppirnir eru orðnir mjúkir. Blandið öllu vandlega saman.

c) Bætið við seyði og kryddi.

d) Lækkið hitann í miðlungs-lágan og látið kjúklingasoðið liggja í bleyti og malla.

e) Þegar þú ert sáttur við samkvæmnina skaltu taka pönnuna af hitanum og bera fram!

-

80. Keto hvítkál

Gerir 3

HRÁEFNI:
- ¼ Höfuð Savoy hvítkál
- ⅓ Bolli vegan majónes
- 1 matskeið sítrónusafi
- 1 tsk Dijon sinnep
- ¼ tsk hvítlauksduft
- ¼ tsk Laukurduft
- ¼ tsk pipar
- ⅛ teskeið paprika
- Klípa Salt

LEIÐBEININGAR:
a) Saxið Savoy kálið eftir endilöngu þannig að hver þráður losni hreint af kálinu.
b) Blandið hvítkálinu saman við allt hitt hráefnið í blöndunarskál. Kasta um.

81. Grænmetis medley _ _

Gerir 2

HRÁEFNI:
- 6 matskeiðar ólífuolía
- 240 g Baby Bella sveppir
- 115 g Spergilkál
- 90 g paprika
- 90 g spínat
- 2 matskeiðar graskersfræ
- 2 tsk hakkaður hvítlaukur
- 1 tsk Salt
- 1 tsk pipar
- ½ tsk rauð piparflöga

LEIÐBEININGAR:
a) Hitið ólífuolíuna í wok við háan hita. A dd hvítlaukinn og steikið í eina mínútu.
b) Bætið sveppunum út í og hrærið saman.
c) Eftir að sveppirnir eru búnir að bleyta megnið af olíunni, bætið þá spergilkálinu og paprikunni saman við og blandið öllu vel saman.
d) Blandið öllu kryddinu og graskersfræjunum út í.
e) Þegar grænmetið er tilbúið skaltu setja spínat yfir það og láta gufuna lækka það.
f) Blandið öllu saman og berið fram þegar spínatið hefur visnað.

82. Ristar pecan grænar baunir

Gerir 4

HRÁEFNI:
- 1 pund grænar baunir
- ¼ bolli ólífuolía
- ½ bolli saxaðar pekanhnetur
- 1 sítrónubörkur
- 2 tsk hakkaður hvítlaukur
- 1 tsk rauð piparflögur

LEIÐBEININGAR:

a) Í matvinnsluvél, malaðu pekanhneturnar.

b) Kastaðu grænu baununum með ólífuolíu, sítrónuberki, söxuðum hvítlauk og rauðum piparflögum.

c) Hitið ofninn í 350°F og ristið grænu baunirnar í 20-25 mínútur.

d) Skreytið með möluðum pekanhnetum.

83. Steikt grænkálsspírur

Gerir 2

HRÁEFNI:
- ½ poki Grænkálsspírur
- Olía til djúpsteikingar
- Salt og pipar eftir smekk

LEIÐBEININGAR:
a) Hitið olíuna í djúpsteikingarpotti þar til hún er heit.
b) Setjið grænkálsspírurnar í steikingarkörfuna.
c) Haltu áfram að elda grænkálsspírurnar þar til brúnir perunnar eru brúnir og blöðin dökkgræn.
d) Taktu úr körfunni og tæmdu umfram fitu á pappírshandklæði.
e) Saltið og piprið eftir smekk og njótið!

EFTIRLITUR

84. Súkkulaði Panna Cotta

5 skammtar

HRÁEFNI:
- 500 ml þungur rjómi
- 10 g af gelatíni
- 70 g dökkt súkkulaði
- 2 matskeiðar af jógúrt
- 3 matskeiðar af sykri
- klípa af salti

LEIÐBEININGAR:
a) Leggið matarlím í bleyti í litlu magni af rjóma.
b) Hellið afganginum af rjómanum í lítinn pott. Látið suðuna koma upp í sykri og jógúrt, hrærið af og til, en ekki sjóða. Takið pönnuna af hitanum.
c) Hrærið súkkulaði og gelatíni saman við þar til þau eru alveg uppleyst.
d) Fylltu formin af deigi og kældu í 2-3 klukkustundir.
e) Til að losa panna cotta úr forminu skaltu keyra hana undir heitu vatni í nokkrar sekúndur áður en eftirrétturinn er fjarlægður.

85. Ostur Galette með Salami

5 skammtar

HRÁEFNI:
- 130 g smjör
- 300 g hveiti
- 1 tsk salt
- 1 egg
- 80 ml mjólk
- ½ tsk edik
- Fylling:
- 1 tómatur
- 1 sæt paprika
- kúrbít
- salami
- Mozzarella
- 1 matskeið ólífuolía
- jurtir (eins og timjan, basil, spínat)

LEIÐBEININGAR:
a) Smjörið í teninga.
b) Blandið saman olíu, hveiti og salti í skál eða pönnu og saxið með hníf.
c) Hellið eggi, smá ediki og smá mjólk út í.
d) Byrjaðu að hnoða deigið. Geymið í kæli í hálftíma eftir að hafa rúllað henni í kúlu og pakkað inn í plastfilmu.
Skerið allt hráefni til fyllingar .
e) Setjið fyllinguna í miðjuna á stórum hring af deigi sem búið er að rúlla út á bökunarpappír (nema Mozzarella).
f) Stráið ólífuolíu yfir og kryddið með salti og pipar.
g) Lyftið síðan brúnum deigsins varlega, vefjið þeim utan um hlutana sem skarast og þrýstið þeim létt inn.
h) Hitið ofninn í 200°C og bakið í 35 mínútur. Bætið mozzarellanum út í tíu mínútum fyrir lok bökunartímans og haltu áfram að baka.
i) Berið fram strax!

86. Tiramisú

Gerir: 6

HRÁEFNI:
- 4 eggjarauður
- ¼ bolli hvítur sykur
- 1 matskeið vanilluþykkni
- ½ bolli þeyttur rjómi
- 2 bollar mascarpone ostur
- 30 lady-fingers
- 1 ½ bolli ískalt bruggað kaffi geymt í kæli
- ¾ bolli Frangelico líkjör
- 2 matskeiðar ósykrað kakóduft

LEIÐBEININGAR:
a) Í blöndunarskálinni, þeytið saman eggjarauður, sykur og vanilluþykkni þar til það er rjómakennt.
b) Eftir það er þeyttur rjómi þeyttur þar til hann verður stífur.
c) Blandið saman mascarpone ostinum og þeyttum rjómanum.
d) Blandið mascarponeinu létt saman í eggjarauður í lítilli hrærivélarskál og látið liggja til hliðar.
e) Blandið áfenginu saman við kalda kaffið.
f) Dýfðu dömufingrum strax í kaffiblönduna. Ef lady-fingurnir verða of blautir eða rakir verða þeir blautir.
g) Leggðu helminginn af lady-fingrum á botninn á 9x13 tommu bökunarformi.
h) Setjið helminginn af fyllingarblöndunni ofan á.
i) Setjið hina lady-fingurna ofan á.
j) Setjið lok yfir fatið. Eftir það skaltu kæla í 1 klukkustund.
k) Rykið með kakódufti.

87. Rjómalöguð Ricotta baka

Gerir: 6

HRÁEFNI:
- 1 kökuskorpa sem keypt er í verslun
- 1 ½ pund ricotta ostur
- ½ bolli mascarpone ostur
- 4 þeytt egg
- ½ bolli hvítur sykur
- 1 matskeið brandy

LEIÐBEININGAR:
a) Forhitið ofninn í 350 gráður Fahrenheit.
Blandið öllum innihaldsefnum fyllingarinnar saman í blöndunarskál.
Hellið svo blöndunni í skorpuna.
b) Hitið ofninn í 350°F og bakið í 45 mínútur.
c) Kælið bökuna í að minnsta kosti 1 klukkustund áður en hún er borin fram.

88. Anisette kökur

Gerir: 36

HRÁEFNI:
- 1 bolli sykur
- 1 bolli smjör
- 3 bollar hveiti
- ½ bolli mjólk
- 2 þeytt egg
- 1 matskeið lyftiduft
- 1 msk möndluþykkni
- 2 tsk anisette líkjör
- 1 bolli sælgætissykur

LEIÐBEININGAR:
a) Forhitið ofninn í 375 gráður á Fahrenheit.
b) Þeytið saman sykur og smjör þar til létt og ljóst.
c) Setjið hveiti, mjólk, egg, lyftiduft og möndluþykkni inn smám saman.
d) Hnoðið deigið þar til það verður klístrað.
e) Búðu til litlar kúlur úr 1 tommu lengd stykki af deigi.
f) Forhitið ofninn í 350°F og smyrjið bökunarplötu. Settu kúlurnar á bökunarplötuna.
g) Hitið ofninn í 350°F og bakið kökurnar í 8 mínútur.
h) Blandið saman anisette líkjörnum, sælgætissykrinum og 2 msk heitu vatni í blöndunarskál.
i) Að lokum er kökunum dýft í gljáann á meðan þær eru enn heitar.

89. Panna cotta

Gerir: 6

HRÁEFNI:
- ⅓ bolli mjólk
- 1 pakki óbragðbætt gelatín
- 2 ½ bollar þungur rjómi
- ¼ bolli sykur
- ¾ bolli sneið jarðarber
- 3 matskeiðar púðursykur
- 3 matskeiðar brandy

LEIÐBEININGAR:
a) Hrærið mjólk og matarlím saman þar til gelatínið er alveg uppleyst. Fjarlægðu úr jöfnunni.
b) Í litlum potti, hitið þungan rjóma og sykurinn að suðu.
c) Bætið matarlímsblöndunni út í þungan rjómann og þeytið í 1 mínútu.
d) Skiptið blöndunni á 5 ramekins.
e) Setjið plastfilmu yfir ramekins. Eftir það skaltu kæla í 6 klukkustundir.
f) Í blöndunarskál, blandaðu saman jarðarberjum, púðursykri og brandy; kælið í að minnsta kosti 1 klst.
g) Settu jarðarberin ofan á panna cotta.

90. Karamellu flan

Gerir: 4

HRÁEFNI:
- 1 matskeið vanilluþykkni
- 4 egg
- 2 dósir mjólk (1 gufuð og 1 sætt þétt)
- 2 bollar þeyta rjóma
- 8 matskeiðar sykur

LEIÐBEININGAR:
a) Forhitið ofninn í 350 gráður Fahrenheit.
b) Bræðið sykur á miðlungshita á pönnu þar til hann er gullinn.
c) Hellið fljótandi sykrinum í ofnmót á meðan það er enn heitt.
d) Í blöndunarskál, sprungið og þeytið egg. Blandið saman þéttri mjólk, vanilluþykkni, rjóma og sætri mjólk í blöndunarskál. Búðu til vandlega blöndu.
e) Hellið deiginu í brædda sykurhúðaða bökunarformið. Settu pönnuna í stærri pönnu með 1 tommu af sjóðandi vatni.
f) Bakið í 60 mínútur.

91. Katalónskt krem

Gerir: 3

HRÁEFNI:
- 4 eggjarauður
- 1 kanill (stafur)
- 1 sítróna (börkur)
- 2 matskeiðar maíssterkju
- 1 bolli sykur
- 2 bollar mjólk
- 3 bollar ferskir ávextir (ber eða fíkjur)

LEIÐBEININGAR:

a) Þeytið saman eggjarauður og stóran hluta af sykrinum á pönnu. Blandið þar til blandan er froðukennd og slétt.

b) Bætið við kanilstönginni með sítrónuberki. Búðu til vandlega blöndu.

c) Blandið maíssterkju og mjólk saman við. Við vægan hita, hrærið þar til blandan þykknar.

d) Takið pottinn úr ofninum. Látið kólna í nokkrar mínútur.

e) Setjið blönduna í ramekin og setjið til hliðar.

f) Setjið til hliðar í að minnsta kosti 3 tíma í kæli.

g) Þegar þú ert tilbúinn til að bera fram skaltu dreypa afganginum af sykrinum yfir ramekinin.

h) Settu ramekins á neðstu hillu ketilsins. Leyfið sykrinum að bráðna þar til hann verður gullinbrúnn.

i) Sem skraut, berið fram með ávöxtum.

92. Möndlusorbet _

Gerir: 1 skammt

HRÁEFNI:
- 1 bolli Bláraðar möndlur; ristað
- 2 bollar Lækjarvatn
- ¾ bolli Sykur
- 1 klípa Kanill
- 6 matskeiðar Létt maíssíróp
- 2 matskeiðar Amaretto
- 1 teskeið Sítrónubörkur

LEIÐBEININGAR:
a) Í matvinnsluvél, malið möndlurnar í duft. Blandið saman vatni, sykri, maíssírópi, áfengi, börki og kanil í stórum potti og bætið síðan hnetunum saman við.

b) Við meðalhita, hrærið stöðugt þar til sykurinn leysist upp og blandan sýður. 2 mínútur við suðu

c) Setjið til hliðar til að kólna. Notaðu ísvél og hrærðu blönduna þar til hún er hálffrosin.

d) Ef þú ert ekki með ísvél skaltu flytja blönduna yfir í ryðfría stálskál og frysta þar til hún er hörð, hrært á 2 tíma fresti.

93. Karamellukrem _

Gerir: 1 skammtur

HRÁEFNI:
- ½ bolli Kornsykur
- 1 teskeið Vatn
- 4 Eggjarauður eða 3 heil egg
- 2 bollar Mjólk, skoluð
- ½ teskeið Vanilludropar

LEIÐBEININGAR:
a) Í stórri pönnu skaltu sameina 6 matskeiðar af sykri og 1 bolla af vatni. Hitið við lágan hita, hristið eða snúið öðru hverju með tréskeiði til að brenna ekki, þar til sykurinn verður gullinn.
b) Hellið karamellusírópinu í grunnt eldfast mót (8x8 tommur) eða tertudisk eins fljótt og auðið er. Látið kólna þar til það er orðið hart.
c) Forhitið ofninn í 325 gráður á Fahrenheit.
d) Annað hvort þeytið eggjarauður eða heilu eggin saman. Blandið mjólkinni, vanilluþykkni og sykrinum sem eftir er saman við þar til það er alveg blandað saman.
e) Hellið kældu karamellunni ofan á.
f) Setjið bökunarformið í heitt vatnsbað. Bakið í 1-12 klukkustundir, eða þar til miðjan hefur stífnað. Flott, flott, flott.
g) Til að bera fram skaltu hvolfa á disk með varúð.

94. Ítalsk ætiþistlabaka

Gerir: 8 skammta

HRÁEFNI:
- 3 Egg; Barinn
- 1 3 oz pakki rjómaostur með graslauk; Mýkt
- ¾ teskeið Hvítlauksduft
- ¼ teskeið Pipar
- 1½ bollar Mozzarella ostur, að hluta undanrennu; Rífað
- 1 bolli Ricotta ostur
- ½ bolli Majónesi
- 1 14 oz dós þistilhjörtu; Tæmd
- ½ 15 oz dós Garbanzo baunir, niðursoðnar; Skolið og tæmt
- 1 2 ¼ oz dós sneiðar ólífur; Tæmd
- 1 2 Oz Jar Pimientos; Hægelduð og tæmd
- 2 matskeiðar Steinselja; Klippt
- 1 Bökuskorpa (9 tommur); Óbakað
- 2 litlar tómatur; Sneið

LEIÐBEININGAR:
a) Blandið eggjum, rjómaosti, hvítlauksdufti og pipar saman í stóra blöndunarskál. Blandið saman 1 bolla mozzarella osti, ricotta osti og majónesi í blöndunarskál.
b) Hrærið þar til allt er vel blandað saman.
c) Skerið 2 þistilhjörtu í tvennt og setjið til hliðar. Saxið restina af hjörtunum.
d) Kasta ostablöndunni með söxuðum hjörtum, garbanzo baunum, ólífum, pimientos og steinselju. Fylltu sætabrauðsskelina með blöndunni.
e) Bakið í 30 mínútur við 350 gráður. Afganginum af mozzarellaosti og parmesanosti skal strá ofan á.
f) Bakið í 15 mínútur í viðbót eða þar til stíft.
g) Látið hvíla í 10 mínútur.
h) Yfir toppinn, raðið tómatsneiðum og fjórðungum þistilhjörtu.
i) Berið fram

95. Ítalskar bakaðar ferskjur

Gerir: 1 skammtur

HRÁEFNI:
- 6 Þroskaðar ferskjur
- ⅓ bolli Sykur
- 1 bolli Malaðar möndlur
- 1 Eggjarauða
- ½ teskeið Möndluþykkni
- 4 matskeiðar Smjör
- ¼ bolli Niðurskornar möndlur
- Þungt krem , valfrjálst

LEIÐBEININGAR:
a) Forhitið ofninn í 350 gráður Fahrenheit. Ferskjur á að skola, helminga og grýta. Maukið 2 af ferskjuhelmingunum í matvinnsluvél.
Blandið saman mauki, sykri, möluðum möndlum, eggjarauðu og möndluþykkni í blöndunarskál. Til að búa til slétt deig skaltu blanda öllu hráefninu saman í blöndunarskál.
b) Hellið fyllingunni yfir hvern ferskjuhelming og setjið fylltu ferskjuhelmingana í smurða bökunarplötu.
c) Stráið sneiðum möndlum yfir og penslið afganginum af smjörinu yfir ferskjurnar áður en þær eru bakaðar í 45 mínútur.
d) Berið fram heitt eða kalt, með hlið af rjóma eða ís.

96. Krydduð ítalsk sveskju-plómukaka

Gerir: 12 skammta

HRÁEFNI:
- 2 bollar Holótt og fjórðung ítalska
- Sveskjur-plómur, soðnar þar til
- Mjúkt og kælt
- 1 bolli Ósaltað smjör, mildað
- 1¾ bollar Kornsykur
- 4 Egg
- 3 bollar Sigtað hveiti
- ¼ bolli Ósaltað smjör
- ½ pund Flórsykur
- 1½ matskeiðar Ósykrað kakó
- Klípa salt
- 1 teskeið Kanill
- ½ teskeið Malaður negull
- ½ teskeið Malaður múskat
- 2 teskeiðar Matarsódi
- ½ bolli Mjólk
- 1 bolli Valhnetur, smátt saxaðar
- 2 Til 3 matskeiðar sterkar, heitar
- Kaffi
- ¾ teskeið Vanilla

LEIÐBEININGAR:
a) Forhitið ofninn í 350°F. Smjör og hveiti á 10 tommu Bundt pönnu.
b) Í stóru blöndunarskálinni, kremið smjörið og sykurinn saman þar til það er létt og ljóst.
c) Þeytið eggin út í eitt í einu.
Blandið saman hveiti, kryddi og matarsóda í sigti. Í þriðja lagi bætið hveitiblöndunni út í smjörblönduna til skiptis við mjólkina. Þeytið aðeins til að sameina innihaldsefnin.

d) Bætið soðnum sveskjuplómunum og valhnetunum út í og hrærið saman. Snúðu í tilbúna pönnu og bakaðu í 1 klukkustund í 350 ° F ofni, eða þar til kakan byrjar að skreppa frá hliðum pönnu.

e) Til að búa til frosting, kremið saman smjörið og sælgætissykurinn. Bætið sykrinum og kakóduftinu smám saman út í og hrærið stöðugt þar til allt hefur blandast saman. Kryddið með salti.

f) Hrærið lítið magn af kaffi út í í einu.

g) Þeytið þar til létt og ljóst, bætið þá vanillu út í og skreytið kökuna.

97. Honeyed pudding

Gerir: 6 skammta

HRÁEFNI:
- ¼ bolli Ósaltað smjör
- 1½ bollar Mjólk
- 2 stórar Egg; létt barinn
- 6 sneiðar Hvítt sveitabrauð; rifið
- ½ bolli Hreinsa; þunnt hunang, plús
- 1 matskeið Hreinsa; þunnt hunang
- ½ bolli Heitt vatn; plús
- 1 matskeið Heitt vatn
- ¼ teskeið Malaður kanill
- ¼ teskeið Vanilla

LEIÐBEININGAR:
a) Hitið ofninn í 350 gráður og notið smá af smjörinu til að smyrja 9 tommu glertertuform. Þeytið saman mjólk og egg, bætið síðan brauðbitunum saman við og snúið við þannig að þeir hjúpa þá jafnt.

b) Látið brauðið liggja í bleyti í 15 til 20 mínútur, snúið við einu sinni eða tvisvar. Hitið smjörið sem eftir er á miðlungshita í stórri pönnu sem ekki festist.

c) Steikið brauðið í bleyti í smjörinu þar til það er gullið, um það bil 2 til 3 mínútur á hvorri hlið. Færið brauðið yfir í bökunarformið.

d) Blandið hunanginu og heita vatninu saman í skál og hrærið þar til blandan hefur blandast jafnt.

e) Hrærið kanil og vanillu saman við og dreypið blöndunni yfir og utan um brauðið.

f) Bakið í um það bil 30 mínútur, eða þar til gullbrúnt.

98. Frosinn hunang semifreddo

Gerir: 8 skammta

HRÁEFNI:
- 8 aura þungur rjómi
- 1 tsk vanilluþykkni
- ¼ tsk rósavatn
- 4 stór egg
- 4 ½ aura hunang
- ¼ tsk auk ⅛ tsk kosher salt
- Álegg eins og niðurskornir ávextir, ristaðar hnetur, kakónibbar eða rakað súkkulaði

LEIÐBEININGAR:
a) Forhitið ofninn í 350°F. Klæðið 9 x 5 tommu brauðform með plastfilmu eða smjörpappír.
b) Fyrir Semifreddo, þeytið rjómann, vanilluna og rósavatnið í skál hrærivélar með þeytara þar til það er stíft.
c) Flyttu yfir í sérstaka skál eða disk, hyldu og kældu þar til það er tilbúið til notkunar.
d) Í skálinni með hrærivél, þeytið saman eggin, hunangið og saltið. Til að blanda saman skaltu nota sveigjanlegan spaða til að hræra öllu saman. Stilltu hitann til að halda hægum suðu yfir tilbúnu vatnsbaðinu, passaðu að skálin snerti ekki vatnið.
e) Í ryðfríu stáli skál, eldið, hringið og skafið reglulega með sveigjanlegum spaða, þar til það hefur hitnað í 165°F, um það bil 10 mínútur.
f) Flyttu blönduna yfir í hrærivél með þeytara þegar hún hefur náð 165°F. Þeytið eggin á háu stigi þar til þau eru froðukennd.
Þeytið helminginn af þeytta rjómanum varlega út í með höndunum. Bætið restinni af hráefnunum saman við, hrærið hratt og blandið síðan saman við með sveigjanlegum spaða þar til það er vel blandað saman.
g) Skafið í tilbúið brauðform, lokið vel og frystið í 8 klukkustundir eða þar til það er nógu fast til að sneiða, eða þar til innra hitastigið nær 0°F.

h) Hvolfið semifreddo á kælt fat til að bera fram.

99. Zabaglione

Gerir: 4

HRÁEFNI:
- 4 eggjarauður
- ¼ bolli sykur
- ½ bolli Marsala Dry eða annað þurrt hvítvín
- nokkrar greinar af ferskri myntu

LEIÐBEININGAR:

a) Þeytið eggjarauður og sykur saman í hitaþéttri skál þar til þær eru ljósgular og gljáandi. Þá ætti að hræra Marsala-inu í.

b) Látið suðu koma upp í miðlungs pott sem er hálffullur af vatni. Byrjaðu að þeyta eggja/vínblönduna í hitaþéttu skálinni ofan á pottinum.

c) Haltu áfram að þeyta í 10 mínútur með rafmagnsþeytara (eða þeytara) yfir heitu vatni.

d) Notaðu skyndilesandi hitamæli til að tryggja að blandan nái 160°F á eldunartímanum.

e) Takið af hitanum og hellið zabaglione yfir tilbúna ávextina, skreytið með ferskum myntulaufum.

f) Zabaglione er jafn ljúffengt borið fram ofan á ís eða eitt og sér.

100. Affogato

Gerir: 1

HRÁEFNI:
- 1 skeið vanilluís
- 1 skot Espresso
- Skraut af súkkulaðisósu, valfrjálst

LEIÐBEININGAR:
a) Setjið skeið af vanilluís í glas og 1 skot af espressó.
b) Berið fram !

NIÐURSTAÐA

Ítalskur matur hefur náð nýlendu í heiminum. Frá hinu hefðbundna til hins óvana, hér eru uppskriftir til að espa bragðlaukana og hugmyndaflugið án þess að stressa kokkinn.

www.ingramcontent.com/pod-product-compliance
Lightning Source LLC
Chambersburg PA
CBHW070347120526